பிராப்ளம்ஸ்கி விடுதி

பிராப்ளம்ஸ்கி விடுதி

லதா அருணாச்சலம்
மொழிபெயர்ப்பாளர்

கவிதை, கட்டுரை, மொழிபெயர்ப்பில் ஈடுபட்டு வரும் லதா அருணாச்சலம் ஆங்கில முதுகலையையும் ஆசிரியப் பட்டப் படிப்பையும் முடித்தவர். பதினான்கு வருடங்கள் நைஜீரியா நாட்டின் லாகோஸ் நகரில் ஆசிரியராகப் பணி புரிந்த லதா அருணாச்சலம், கடந்த சில ஆண்டுகளாக சென்னையில் வசிக்கிறார். இவரது முதல் கவிதைத் தொகுப்பு 'உடலாடும் நதி'. நைஜீரிய எழுத்தாளர் அபூபக்கர் ஆடம் இப்ராஹிம் எழுதிய *Season of Crimson Blossoms* என்னும் நாவலைத் 'தீக்கொன்றை மலரும் பருவம்' எனும் பெயரில் தமிழில் மொழியாக்கம் செய்துள்ளார். ஆனந்த விகடன் சிறந்த மொழிபெயர்ப்பு நாவல் விருதையும் 'வாசக சாலை' இலக்கிய அமைப்பின் சிறந்த மொழிபெயர்ப்பு நாவல் விருதையும் இந்நூல் பெற்றுள்ளது.

டிமிட்ரி வெர்ஹல்ஸ்ட்

பிராப்ளம்ஸ்கி விடுதி

ஆங்கிலத்திலிருந்து தமிழில்
லதா அருணாச்சலம்

காலச்சுவடு பதிப்பகம்

அன்பார்ந்த வாசகருக்கு,

வணக்கம்.

காலச்சுவடு நூலை வாங்கியமைக்கு நன்றி.

நூலின் உள்ளடக்கம், உருவாக்கம், அட்டைப்படம் இன்ன பிற அம்சங்கள் பற்றிய உங்கள் கருத்துகளையும் ஆலோசனைகளையும் காலச்சுவடு வரவேற்கிறது. தகவல், எழுத்து, வாக்கியப் பிழைகள் தென்பட்டால் அவசியம் தெரிவித்து உதவுங்கள். நூல் தயாரிப்பில் கடும் குறைபாடு இருப்பின் மாற்றுப் பிரதி உங்களுக்குக் கிடைக்கக் காலச்சுவடு ஏற்பாடு செய்யும்.

மின்னஞ்சல்: **publisher@kalachuvadu.com**

காலச்சுவடு நாகர்கோவில் அலுவலகத்திற்குக் கடிதம் அனுப்பலாம்.

தங்கள்
எஸ்.ஆர். சுந்தரம் (கண்ணன்)
பதிப்பாளர் — நிர்வாக இயக்குநர்

FLANDERS LITERATURE

This book was published with the support of Flanders Literature (flandersliterature.be)

Problemski Hotel © 2003, 2006 by Dimitri Verhulst

Originally published by Uitgeverij Atlas Contact, Amsterdam

பிராப்ளம்ஸ்கி விடுதி ❖ நாவல் ❖ ஆசிரியர்: டிமிட்ரி வெர்ஹூல்ஸ்ட் ❖ ஆங்கிலத்திலிருந்து தமிழில்: லதா அருணாச்சலம் ❖ முதல் பதிப்பு: டிசம்பர் 2021, ஐந்தாம் பதிப்பு: ஜூலை 2024 ❖ வெளியீடு: காலச்சுவடு பப்ளிகேஷன்ஸ் (பி) லிட்., 669, கே.பி. சாலை, நாகர்கோவில் 629001

piraapLamski viTuti ❖ Novel ❖ Author: Dimitri Verhulst ❖ Translation from English to Tamil by Latha Arunachalam ❖ Language: Tamil ❖ First Edition: December 2021, Fifth Edition: July 2024 ❖ Size: Demy 1 x 8 ❖ Paper: 18.6 kg maplitho ❖ Pages: 144

Published by Kalachuvadu Publications Pvt.Ltd., 669, K.P. Road, Nagercoil 629001, India ❖ Phone: 91-4652-278525 ❖ e-mail: publications@kalachuvadu.com ❖ Printed at Clicto Print, Jaleel Towers, 42 KB Dasan Road, Teynampet Chennai 600018

ISBN: 978-93-5523-051-5

07/2024/S.No.1043, kcp 5207, 18.6 (5) 1k

பாகம் 1

பிபுல் மஸ்லி, நிழற்படக் கலைஞர்

ஹர்கெய்ஸா 1984

'இங்கே நான் இல்லவே இல்லையென்பதாக நினைத்துக்கொள்!' பட்டினியால் வாடும் அந்தச் சிறுவனைப் புகைப்படம் எடுக்க முயற்சி செய்கையில் சொன்னேன்.

பதற்றத்தில் இருந்த எனக்கு, கை நடுக்கத்தை நிறுத்தப் போதைப் பொருள் எதையாவது நுகர வேண்டும் போல இருந்தது. இதுதான் எனது ஆகச்சிறந்த புகைப்படமாக இருக்கப் போகிறதென்று ஏனோ உணர்ந்தேன். ஆம்! 'சிறந்த படம்' இந்தப் புகைப்படம்தான் என் வாழ்வின் திருப்புமுனையாக அமைந்து, என்னுடைய பணியின் மதிப்பை உயர்த்தி ராய்ட்டர்ஸ் நிறுவனத்தின் தலைமைப் பொறுப்பாளர் என்னை அழைக்கையில், என் நேர வசதிக்கேற்பச் சற்று நேரம் கழித்து அழைக்க முடியுமா என என்னைச் சொல்ல வைக்கக் கூடியது. ஒரு புகைப்படக் கலைஞர் இப்படியெல்லாம்தான் நினைத்துக் கொள்வார். உலகப் புகழ்பெற்ற ஹென்றி கார்ட்டியர் – ப்ரெசன் இரு வைன் போத்தல்களுடன் ஒரு சிறுவனை பாரீஸ் நகரின் ருயீ மாஃபிட்டா சாலையில் புகைப்படமெடுத்தபோது உணர்ந்ததைப்போல ஒரு கறுப்பின நபர் புகைப்படக் கருவிக்கு முன் மிகச் சரியாகத் தன் நாக்கைத் துருத்தியபோது எலியட் எர்விட் உணர்ந்ததுபோல, அழகான பெண், அவளைவிட அழகான தன் விரல்களால் மிகச் சரியான தருணத்தில் தனது மேலங்கியை உயர்த்தியபோது ஆல்ஃபிரட் ஸ்டெக்ளிட்ஸ் உணர்ந்தது போல, க்ரெட்டா கார்போவைப் பல நூறு புகைப்படங்கள் எடுத்துத் தள்ளிய பிறகும் எட்வர்ட் ஸ்டெய்கன் அவற்றைவிடச் சிறப்பான கோணத்தில் படங்கள் எடுக்க முனைந்த போது உணர்ந்ததும் இதுதான்:

"இதுவாகத்தான் இருக்கும். அந்தத் தேவதையின் அழகிய, ஆகச்சிறந்த புகைப்படமாக அமையப் போகிறது." அதேபோலத்தான் இந்தப் பட்டினிச் சிறுவனைப் புகைப்பட ஆடி வழியாகக் காண்கையில் உணர்ந்தேன். பரவசம்!

வீண் அரட்டைக்குரிய இரவுகளில், நல்ல புகைப்படம் எடுப்பதென்பது, முழுவதுமாக இல்லையென்றாலும் பெரிதும் அதிர்ஷ்டத்தைப் பொறுத்தது எனச் சொல்வார்கள். அதன்பின், எல்லோரும் அறிந்த ஒரு புகைப்படத்தை எடுத்த ஒருவனைப் பற்றிப் பேசத் துவங்குவார்கள். கைகளை விரித்துக் கொண்டு, நிர்வாணமாக ஓடிய சிறுமியைப்பற்றி – அல்குல் கொண்ட கிறிஸ்துவைப்போல, நாப்பாம் குண்டு போட்டபோது, அந்தப் புகைப்படக் கலைஞர் தற்செயலாக அந்த இடத்தில் இருந்திருக்க வேண்டும், அது அவரது அதிர்ஷ்டம், இல்லாவிட்டால் அந்தப் படத்தை எடுத்திருக்கவே முடியாது என்பதுபோல அவர்கள் பேச்சு இருக்கும். நான் என்ன சொல்லமுடியும்? பசியால் இறக்கும் நிலையிலிருக்கும் சிறுவன் என் கண் முன்னால் இருந்தது என் அதிர்ஷ்டம்தான் என்று நீங்கள் முணுமுணுக்கக் கூடாது. எனக்குத் திறமை உண்டு. ராபர்ட் கப்பாவுக்கு இருந்த தனித் திறமைபோல, அந்த ராணுவீரனின் மூளை வெடித்துச் சிதறும் கணத்தில் தனது புகைப்படக் கருவியுடன் அங்கு அவர் இருந்ததுபோல. அதிர்ஷ்டம்! மூக்குக்கு இரண்டங்குல தூரத்தில் பனிச்சரிவு ஏற்பட்டு, அதில் தப்பிப் பிழைக்கும் மலையேற்றக்காரர்களின் நல்லூழ்போல. வாழ்வின் ஓட்டத்தில், அதிர்ஷ்டம் என்பதும் ஒரு திறமையாகப் பார்க்கப்படுகிறது. அவர்கள் சொல்வது சரிதான் என்று எனக்குத் தெரியும்.

நான் புகைப்படமெடுக்க விரும்பும் சாகும் தருவாயிலுள்ள இந்தச் சிறுவனின் புகைப்படம் மிகவும் உண்மைத்தன்மை யுடன் இருக்க வேண்டுமென்று விரும்புகிறேன். இது எனது வாழ்க்கையின் நம்பமுடியாத, வியத்தகு திருப்புமுனையாக அமையப்போகிறது. என்னை வண்ணப் புகைப்படக் கலைக்கு மாற்றியிருக்கிறான் இவன்.

ஒரு மாணவனாக, நான் கறுப்பு வெள்ளைப் புகைப்படங்கள் எடுக்கவே பயிற்சி பெற்றிருந்தேன். வண்ணச் சுருள்கள், திருமண வைபவப் புகைப்படங்களுக்கோ அல்லது விடுமுறைப் பயணங்களில் எடுப்பதற்கோதான் பயன்படுத்துவேன். சிலர் திருமணப் படங்களில், அவ்வப்போது அடர் சிவப்பு நிறத்தைத் தெளித்திருப்பார்கள். பெரும்பாலும் அவை நகைப்புக்குரிய

பலனையே தந்திருக்கின்றன. விவாகரத்தான பின்னும்கூடச் சட்டகத்திலிருந்து நீக்கமுடியாத அளவு அழகான ஒரு திருமணப் புகைப்படத்தை இதுவரை நான் கண்டதில்லை. எப்படி இருந்தாலும், நான் வண்ணத்தை எப்போதும் ஒரு அலுத்துப் போன வடிவமாகவே பார்க்கிறேன். ஒரு வண்ணப் புகைப்படக் கலைஞன் என்பதைக் காட்டிலும், ஒரு தொகுப்பாளனாகத் தன்னைச் சுற்றி நிகழ்பவற்றை தொகுத்து வைக்கும் இல்லமாக என்னைக் காண்கிறேன், "ஒளி" – அது எனக்கு மிக இன்றியமையாதது, 'மற்றும் அங்கு வண்ணம் இருந்தது' என்று விவிலியம் சொல்லவில்லை. 'அங்கு ஒளி இருந்தது' என்றுதான் சொல்கிறது. ஒளியின் கருணையாலேயே வண்ணங்கள் வாழ்கின்றன. அதுவே அதனைச் சற்றுத தாழ்த்துகிறது. மற்றேதும் சொல்ல வேண்டுமென்றால் நான் அந்த அளவே விவிலியத்தை வாசித்திருக்கிறேன் என்று ஒப்புக்கொள்ள வேண்டும். ஆனாலும் அதன் சுவாரஸ்யமான பகுதியை வாசித்துவிட்டதாகவே நம்புகிறேன். எனக்கு நினைவு தெரிந்த வரையில் என்னுடைய தலைமுறையில் யாருமே வண்ணப் புகைப்படக் கலையில் தேறியவர்கள் அல்லர். ஆனால், என் கேனான் புகைப்படக் கருவியில் வண்ணப் படச்சுருளை நிரப்ப வேண்டுமென்று நிச்சயமாக விரும்பியது உண்மை.

முன்னெப்போதும் எனது புகைப்படக் கருவிப் பையில் வண்ணப் படச்சுருள் இருக்காது, ஆனால் அன்றைய தினம் என்னிடம் ஒரு சுருள் இருந்தது. இருபத்து நான்கு ஒளிப்பதிவு, இந்த எலும்புக் கூடுச் சிறுவனை உலகம் முழுவதும் பிரபல மாகச் செய்வதற்கான இருபத்து நான்கு வாய்ப்புகள். விமானப் பயணங்களில் கொடுக்கப்படும் ஏறத்தாழ அனைத்து செய்தித்தாள்களின் முதல் பக்கத்தை ஆக்கிரமிக்க வழிகாட்டும் இருபத்து நான்கு பாதைகள். அனைத்து முக்கியமான புகைப்பட அருங்காட்சியகங்களின் முகப்பிலும் *பிபுல் மஸ்லி கடந்துவந்த பயணம்: புகைப்படக் கண்காட்சி,* என்னும் பதாகை தொங்கிக்கொண்டிருப்பது ஏற்கெனவே என் கண்முன் ஓடியது.

அந்தச் சிறுவன் ஒரு அற்புதமான பின்புலத்தில் நின்றிருந்தான்: குப்பை மேட்டின்மீது, தனக்குள் எஞ்சியிருந்த வலுவையெல்லாம் திரட்டி ஊர்ந்து சென்று அவன் அடைந்த இடத்தில், உண்பதற்கேற்ற எந்தப் பொருளும் கிடைக்கவில்லை. தன் விரலைச் சப்பிக்கொண்டிருந்தவன் அதைவிட நல்லதாக ஏதாவது கிடைக்காதா என்று பரிதாபமாக அண்ணாந்து பார்க்கிறான். அந்தவேளையில் அவன் கண்களில் எதிரொளிப்பதை மட்டும் புகைப்படக் கருவியில் ஊடறுத்துப் பார்த்திருந்தால்

அதன் ஆழத்தில் மரணம் தெரிந்திருக்கும். சற்று நேரத்திற்கு முன் அவன் எடுத்திருந்த வாந்தியின் எச்சம் வயிற்றில் ஒட்டி அந்த வெக்கைப் பொழுதில் தாங்க முடியாத நாற்றம் வீசியது. அவனுக்கு மேலும் மூன்று மணி நேர வாழ்வு இருக்கலாம் என்று தோன்றியது. நான்கு மணிநேரம் கூட. அதற்குமேல் இல்லை. அவன் ஐந்து மணிநேரம் உயிருடன் இருக்கக்கூடுமென்றால் ஒளியின் கோணமும் சூரியனின் நிலையும் மேலும் அற்புதமாக இருக்கும், ஆனால் அவ்வளவு நேரம் காத்திருக்க எனக்குத் துணிவில்லை. அவன் இறந்துகொண்டிருப்பதை நான் படமெடுக்க வேண்டும். இறந்த பின் அல்ல. அதை யார் வேண்டுமானாலும் எடுக்கலாம்.

ஏதேனும் ஒரு சிறந்த ஹாலிவுட் பட இயக்குநரைக் கேட்டுப் பாருங்கள் தெரியும். குழந்தைகளுடனும் விலங்குகளுடனும் பணி புரிவது மிகவும் கடினமானது என்று அவர்களும் சொல்வார்கள். அதனால், 'நான் இங்கே இல்லை என்று நினைத்துக்கொள்,' எவ்வளவு இயல்பாக இருக்க முடியுமோ அவ்வளவு இயல்பாக இருக்க முயற்சி செய் என்றும் அந்தச் சிறுவனுக்கு வேண்டுகோள் விடுப்பதை என் தரப்பிலிருந்து புரிந்துகொள்வீர்கள். அவன் புகைப்படக் கலைஞர்களால் துரத்தப்பட்டவன், அரிசி உணவை விடப் புகைப்படக் கருவியின் உருப்பெருக்கியை அதிகம் பார்த்திருப்பான். புகைப்படக் கலைஞர்கள் சொல்லும் 'சாதாரணமாகப் பார்ப்பதுபோலப் பார்' என்று அவனுக்குச் சொன்ன எண்ணிக்கையைக் கேட்டிருந்தால் மர்லின் மன்ரோவே அவனுடன் படமெடுத்துக் கொள்ளும் வாய்ப்புக்காக எதையும் விடத் துணிந்திருப்பார். புகைப்படக் கருவிக்கு ஏற்கெனவே பழக்கப்பட்டுவிட்டான். யாரும் கவனிக்கவில்லையென்றால் அவன் போஸ் கொடுக்கவும் சிரிக்கவும் துவங்கிவிடுவான். அது சாத்தியம்தான். மனிதர்களை நம்பமுடியாது. நீங்களே பார்த்திருப்பீர்கள், வாழ்க்கையில் ஓரிரு முறையே தொலைக்காட்சியில் தோன்றிய கவர்ச்சிக் கன்னிகள் இதே போலத்தான் நடந்துகொள்வார்கள். அதன் தாக்கத்திலிருந்து வெளிவர முடியாமல், அங்காடிகளில் மாட்டியிருக்கும் கண்காணிப்புப் புகைப்படக் கருவியைப் பார்த்தால்கூடப் புன்னகைப்பார்கள். நம்புங்கள், பெரும்பாலும், தன்னிச்சையாக இயங்கும் புகைப்படக் கலைஞர்களால் இந்தச் சிறுவன் நூறு முறையாவது படமெடுக்கப்பட்டிருப்பான். அவர்கள் படமெடுத்து முடித்தவுடன் முதல் விமானத்தைப் பிடித்து வீடு சேர்ந்து அன்றாட வேலைகளில் மூழ்கிவிடுவார்கள். திருமணம், நூற்றாண்டு விழாக்கள், வாகன விபத்து இன்ன பிற. அவர்களுக்குத் தவணை

செலுத்த வேண்டிய வீட்டுக் கடன்களும், குழந்தைகளுக்குக் கல்விச் செலவு செய்ய வேண்டிய கடமையும் உள்ளதே. நில நடுக்கோடு நெடுகவும் இந்தப் புகைப்படக் கலைஞர்களின் வரிசை கொண்டு நிரப்பலாம், அந்த அளவு கடும் போட்டி நிலவுகிறது. ஆனால் நான் அந்த முறையில் எனது பணியைக் கடைபிடிப்பதில்லை. நிச்சயமாக இல்லை. ஒரு படத்திற்கு நான் எனக்குரிய நேரத்தை எடுத்துக்கொள்ள விரும்புகிறேன்.

இதுதான் அவனது கடைசிப் படப்பிடிப்பாக இருக்கப் போகிறதென்பது அந்தச் சிறுவனுக்கு ஆறுதல் தரலாம்.

முன்பு, பல வார இதழ்களுக்கு ஒப்பந்தத் தொகை அடிப்படையில் கலைக்கற்ற படங்கள் எடுத்திருக்கிறேன். அந்தத் தொகை எனது பணியின் ஆரம்பகாலத்தில் வீட்டு வாடகை தருவதற்கு உதவியது. என்னைக் கேட்டால் அது ஒரு மோசமான, சலிப்பான வேலை என்றுதான் சொல்வேன். ஒரு ஆடை வடிவமைப்பாளரைப் படம் எடுக்கிறேன் என்றால், அவர் தனக்குத்தான் எல்லாம் தெரியும் என்பதுபோல நடந்துகொள்வார். எப்படி போஸ் கொடுப்பது, (வெற்றுப் பார்வை, பழைய ஏற்பாட்டில் வருவதுபோல அடர்ந்த தாடிக்குள்ளிருக்கும் சினேகமற்ற இதழ்கள், விரல்களில் அணிந்துள்ள பத்து பளபளப்பான மோதிரங்களும் தெரியும்படி கையின்மீது வழுக்கைத் தலையைச் சாய்த்தவாறு நிற்பது) பாப் இசைக் கலைஞர்களிடம் குறைந்தபட்ச ஆடையாவது உடலில் சுற்றிக்கொள்ளுங்கள் என்று கெஞ்சிக் கூத்தாட வேண்டும், அதற்கப்புறம் இந்த எழுத்தாளர்கள். இருப்பதிலேயே அவர்கள்தான் மோசம். எங்கோ ஒரு இருட்டு இல்லத்துக்குள் வாழ்ந்துகொண்டிருப்பார்கள். அந்த வீட்டின் அத்தனை அறைக்கலன்களையும் வெளியே இழுத்துவந்தபின் சற்று வெளிச்சம் கிடைப்பதுபோலத் தெரிந்தாலும்கூட, ஃபிளாஷ் பயன்படுத்தியாக வேண்டும். அப்புறம் அந்த ஸ்டுடியோ வெளிச்சத்தில் அவர்களிடம் நயமாகப் பேச வேண்டும், அதன்பின் அவர், விறைத்தபடி நிற்கும் அறிஞர் பிம்பமொன்று, அறிவு என்னும் வார்த்தையை உச்சரிக்க முயல்வதுபோல நிற்பார். இப்படி வசங்கெட்ட எழுத்தாளர்களுக்காகத்தான் தானியங்கிப் படமெடுக்கும் முறையைக் கண்டுபிடித்திருப்பார்கள்.

எனக்கு நிறைவைத் தந்த அனுபவங்களும் உண்டு என்பதில் ஐயமில்லை. என் பதற்றத்திற்கு அது காரணமில்லை. அர்த்தமற்ற முகத்தைப்படம்எடுப்பதற்குப்பதினைந்துசுருள்களைப் பயன்படுத்தும் எனக்கு இந்த சமயத்தில் இருபத்து நான்கு படங்கள் எடுக்க மட்டுமே வாய்ப்பு உள்ளதென்பதுதான் வருத்தம் தருவதாக இருந்தது. இப்போதுபோல டிஜிட்டல் முறை

பிராப்ளம்ஸ்கி விடுதி

புகைப்படக் கலை அப்போது இல்லை. இன்றைய இருட்டு அறைகளில் சிலர் துயரத்துடன் நினைவுகூரும் காலகட்டமான 1984இல் நாங்கள் பலவகையில் மன அழுத்தத்திற்கு ஆளாகி இருக்கிறோம்.

சிகரெட்டை எடுத்துப் புகைத்தேன். ஆனால் அது என்னை அமைதிப்படுத்தவில்லை. இன்னும் நடுங்கிக்கொண்டுதான் இருந்தேன்.

காமிரா தாங்கி முக்காலியை எடுக்க வேண்டியதுதான்.

மேலும் அரைமணிநேரம் உயிரோடு இருக்குமாறு மனதிற்குள் அந்தச் சிறுவனைக் கெஞ்சினேன். தயவு செய்து... அவனுக்கு இதைப் புரியவைக்க முடியாது, அவன் சுய விருப்பத்தோடு எனக்கு ஒத்துழைக்க வேண்டும். அவனை என்னால் காப்பாற்ற முடியாதபோது, வேறு விஷயங்களைப் பேசுவது சிறுபிள்ளைத்தனமானதுதான். ஆனால், மேற்கத்திய நாடுகளின் அமைதியை விரும்பும், அரசு சாரா அமைப்புகள் வெளியிடும் காலண்டர்களில் இந்தப் புகைப்படம் வெளிவரலாம். அது ஈட்டும் வருமானம் மற்றவர்களைக் காப்பாற்ற உதவலாம். சிறுவனின் புகைப்படம் இந்தப் பிரச்சனையைப் பற்றிய உலகளாவிய விழிப்புணர்ச்சியை ஏற்படுத்தக்கூடும். இவ்வாறு பல பல அப்புறம், ஏதாவது ஒன்றால் எல்லோரும் ஒருநாள் சாகத்தான் போகிறோம். பட்டினியால் இல்லையென்றாலும், சால்மோனல்லா பாக்டீரியாவில் கெட்டுப்போன கோழி இறைச்சியால் ஏற்படலாம். இவன் முகம், குறைந்தபட்சம் முக்கியமான உருவச் சின்னமாக ஆகும், நான், பிபுல் மஸ்லி, நினைவுத் தொகுப்புகளை உருவாக்கும் கலைஞனாவேன். அவன் முகம், அஞ்சல் தலையாகக்கூட வெளியிடப்படலாம்.

அதாவது, 'தான்' இறந்தபின் காலண்டரில் தன்னைப் பதிப்பிப்பார்கள் என்று அவன் நினைத்துப்பார்த்திருப்பனா?

என்னுடைய வியூஃபைண்டரில் பார்க்கையில் அற்புதமாக இருந்தது. நீளவாக்கில் ஓடும் நதிக்கரையோரம், மறைமுகமாக விழும் முன் வெளிச்சம், நிழல்களை மட்டுப்படுத்தும் மஞ்சளான மணல் நன்று, மிகமிக நன்று. அந்தச் சிறுவன் ஆங்கில எழுத்து S போல வளைந்து அமர்ந்திருந்தான். நீண்ட தீக்குச்சிக் கால்கள் சரியான கோணத்தில் தெரிய, பெருத்த தலை, தொப்புள் துருத்திய உப்பிய வயிறு. என் கைகள் புகைப்படக் கருவியை இயக்கத் துடித்தன... ஆனால் ஏதோ ஒன்று குறைவதுபோல இருந்தது.

ஈக்கள்!

உலகம் முழுக்க 12, 000 வகை ஈக்கள் உள்ளன. அவற்றையெல்லாம் இங்கு பட்டியலிடப் போவதில்லை. ஆனால் அவற்றில் பாதியாவது ஒட்டகச் சாணத்திலும், பஞ்சத்து ஆப்பிக்கர்களின் வயிற்றிலும் திளைத்துக்கொண்டு வாழ்வாதாரத்தை அமைத்துக்கொள்கின்றன. உண்மையாகவே, அவற்றில் ஒரு ஈ கூட இந்த வற்றிப்போன சிறுவனின் தலையில் அமர்ந்திருக்கவில்லை. விசித்திரம், அந்தப் பிரதேசத்தில் உள்ள அனைவரும் எப்போதும் ஈக்களால் மொய்க்கப்பட்டிருக்கிறார்கள். ஏன், நானேகூட எனது ஹோட்டல் அறையில் அவற்றை அநேகம் முறை சாபமிட்டிருக்கிறேன். அவை, வரிக்குதிரைகள் நீர் நிலைகளில் நீர் அருந்துவதுபோல, குழி விழுந்த கண்களில் ஈரத்தை உறிஞ்சிக்கொண்டிருக்கும். ஆனால் இந்தச் சிறுவனைச் சுற்றி ஒரு ஈகூட இல்லை. படத்தில் ஈ இல்லாதது உண்மை நிலைக்குச் செய்யும் அநியாயமாக உணர்ந்தேன். மறுபுறம், புகைப்படங்களில் ஒட்டு வேலைகள் செய்வது எனது உயர்ந்த கொள்கைக்கு மாறானது. புகைப்படங்களில் ஒட்டு வேலைகள் நடக்கத்தான் செய்கின்றன. உலகப் புகழ்பெற்ற பத்திரிகைகளின் கண்காட்சிகளில் இப்படிப் போலியாகத் திரிக்கப்பட்ட படங்களை வைத்துக் கட்டுக்கட்டாய் பணம் ஈட்டுபவர்களை நான் அறிவேன். இப்போது நான் என்ன செய்து? தங்கியிருக்கும் விடுதியை அழைத்து, புகைப்படத்தில் உண்மையைப் பிரதிபலிக்கும் பொருட்டு இந்தச் சிறுவனின் தலைமீது விடுவதற்காக உடனடியாக எப்படியாவது ஒரு ஈயைக் கருணை கூர்ந்து ஏற்பாடு செய்துதர முடியுமா என்று கேட்கலாமா?

அப்படி நினைத்தது உண்மைதான், ஒரு கணம் அப்படித்தான் நினைத்தேன். ஆனால், அவர்கள் ஈயைப் பிடித்து ஜாம் சாடியில் அடைத்து இங்கு கொண்டுவரும் நேரத்திற்குள் என் மாடல் இறந்துபோகக் கூடும்.

க்ளிக் (24 முறை)

அன்று மாலையே, அடிஸ் அபாபா நகரில், சற்றுத் தரம் உயர்த்தப்பட்ட என்னுடைய இருட்டறையில் புகைப் படத்தைக் கழுவி எடுக்கையில் அப்பட்டமாகத் தெரிந்தது. அது ஏறத்தாழ ஒரு நிறைவான படம். ஆம், ஏறத்தாழ. ஏனென்றால் அந்த ஈ இருந்திருந்தால் மட்டுமே அது முழு நிறைவான புகைப்படம் ஆகியிருக்கும்.

க்ரபோப்பியா 1974

கண்காட்சிகளில் இந்தக் கதையை ஒரு நிலையான துவக்க உரையாக வைத்து, அதனால் மீண்டும் மீண்டும் மிகப் பெரும் வெற்றியை ஈட்டிக்கொண்டே இருக்கலாம் என்ற கனவும், புகழ்பெற்ற வாழ்க்கை வரலாற்று ஆசிரியர் எரிக் நோஸனின் இந்த நிகழ்விலிருந்தே எனது சரிதையின் முதல் பக்கத்தைத் துவங்குவார் என்னும் விசித்திரக் கற்பனையும் என்னுள் இருந்தன. சொல்லப்போனால், ஊடகப் புகைப்படக் கலைஞராவதன் பயணம் எனது பன்னிரண்டாவது வயதில், மிகச்சரியாக எனது பிறந்த நாளன்று துவங்கியது.

அக்காலத்தில், இப்போது போல் வன்முறையும் ஆபத்தும் நிறைந்த வெடிகுண்டுப் பீப்பாயாக மாறியிராத க்ரபோப்பியா நாடு, தடுமாற்றமில்லாத நல்ல அரசின் கைகளில் இருந்தது. நாங்கள் தலைநகரத்தில் ஒரு வசதியான குடியிருப்பில் வசித்து வந்தோம். சிறுவர்களாகிய நாங்கள் அங்கிருக்கும் பூங்கா பெஞ்ச்சுகளில் எங்கள் எதிர்காலக் கனவுகளைத் திரட்டிக் கொண்டிருந்த காலம். அதிக வசதிகள் இல்லையென்றாலும் போதுமான அளவு இருந்தது. நாங்கள் மகிழ்ச்சியாக இருந்தோம். அங்கொரு சேர்ந்திசைக் குழு இருந்தது, அவர்கள் போகும் வழியில் நின்றுசெல்லும் மதுக்கூடங்கள் இருந்தன. முதன்முதலாகக் கண்ட பெண்களின் கவர்ச்சியான புட்டங்கள் அவர்களுடன் குட்டைப்

பாவாடை அணிந்துகொண்டு முன்வரிசையில் ஆடும் ஆட்டக்காரிகளுக்குச் சொந்தமானவை. அங்கு விளையாடும் ரக்பி அணியும் மதுக்கூட உணவக மேலாளரின் வேண்டுகோளை ஏற்று ஒவ்வொரு வாரமும் தோற்றுப் போவார்கள். அவர்களுடைய ரசிகர்கள் தங்கள் கவலைகளை மூழ்கடிக்க அங்குதான் வருவார்களென்று மேலாளரும் அறிவார். ஆசிரியைகள் தங்கள் ஹார்மோன்களை அடக்கி ஒடுக்கிக்கொண்டு மீசையை வளர்த்துக்கொண்டிருந்தார்கள். மளிகைக் கடையில் முக்கியக் கூட்டங்கள் நடத்தப்பட்டன, நாடகப் பயிற்சிக் கழகத்தின் மேடையிலிருந்து வசன உச்சரிப்பு உதவியாளரின் ஒற்றைக் குரல் ஒலித்துக்கொண்டிருந்தது. மணப் பெண்கள் எப்போதும் பருவமுற்றவர்களாகவே இருந்தார்கள்.

சம்பிரதாயப்படி, பன்னிரண்டாவது பிறந்த நாளைப் பெற்றோர்கள் தாங்கள் குடித்து மட்டையாவதற்கான ஒரு காரணமாக வைத்திருந்தார்கள். சடங்குகளைத் தவறாமல் பின்பற்றும் என் பெற்றோரும் எங்கள் பகுதியில் வசிக்கும் அனைவரும் கூடும் இடமான *The Wet Afternoon* மதுக்கூடத்தில் அமர்ந்திருந்தனர். விளையாடிக்கொண்டிருக்கும் தாயக் கட்டைகளின் கிளிங் என்ற சப்தத்துக்கிடையே, மது விற்பனையாளனின் கனமான மூச்சுக் கேட்டுக்கொண்டே இருக்கும். அவனுடைய குண்டான மனைவி நார்ஸி, தனக்குப் பாட வரும் என்று நினைத்துக்கொள்பவள் அதைத் தவிர வேறு எதையும் செய்யவில்லை.

போதையேற்றிக் கொள்ளச் செல்லும் முன்பாகக் குடும்பத்தினர் அனைவருடன் மதிய உணவு ஏற்பாடு செய்யப் பட்டிருந்தது. காகிதக் கைக்குட்டைகள் அழுக்காகிக் கசக்கி வீசி எறியப்பட்டு, முதல் ஏப்பங்களின் குரல் ஒலித்ததும் பிறந்த நாள் சிறுவனுக்குப் பரிசு தருவதற்கான நேரம் நெருங்கியது. பன்னிரண்டாவது பிறந்த நாள் என்பது பருவமெய்வதன் முதல்படியாகக் கருதப்படுகிறது. காலையில் எழுகையிலேயே குழந்தையாக இருப்பதை நிறுத்திவிட்டு, இருப்பதிலேயே சிறந்த கோட் எடுத்து அணிந்துகொண்டேன். சற்று நேரங்கழித்து அதன்மீதுதான் சூப்பைத் தெறித்துக் கொண்டேன். இந்தப் பருவ மாற்றத்தை வலுப்படுத்த ஏதாவது மதிப்பு மிக்க பரிசைத் தர வேண்டும். குழந்தைகளின் உலகத்தைச் சாராத, நீடித்து இருக்கக்கூடிய ஏதேனும் ஒன்று. பெண்களுக்குக் காது குத்திக்கொண்டு, முதல் தங்கக் காதணிகள் அணியும் நல்ல வாய்ப்புக் கிடைக்கும். பையன் களுக்கு, பொதுவாக அவர்கள் பெயர்கள் பொறிக்கப்பட்ட கைக்காப்போ, கடிகாரமோ கிடைக்கும். இவையெல்லாம்

முட்டாள்தனமென்றாலும், வளர்ந்தவர்களுக்கு அன்பை வெளிப்படுத்த இவையெல்லாம் ஒரு பொருட்டில்லையென்ற போதும், இந்த மனித குலத்தின் ஒரு பிரிவில் அங்கத்தினனாக அனுமதிக்கப்படுகையில் நீ மகிழ்ச்சியுடன் இணைகிறாய். புகையை உள்ளிழுக்கமாட்டேன் என்னும் வாக்குறுதியுடன், முதல் சிகரெட்டைப் புகைக்க அனுமதிக்கப்படுவதும் அன்றுதான். பன்னிரண்டு வயது முடிந்தவுடன் முடிதிருத்துபவர்கள் 'சார்' என்று அழைப்பதில் நிச்சயம் ஏதோ ஒரு பெருமித உணர்வு இருக்கிறது.

ஆனால் எனக்குக் கைக்கடிகாரமோ, காப்போ கிடைக்கவில்லை.

கடந்த சில மாதங்களாக, புகைப்படக் கடையின் முன் நான் அதிக நேரம் செலவிடுவதை என் பெற்றோர் கவனித்திருக்கக் கூடும். முதலில், கடையின் ஜன்னல்களில் தொங்கிக்கொண்டிருக்கும் நிர்வாணப் புகைப்படங்களை வாயொழுகப் பார்த்துக்கொண்டிருப்பேன். பின், அந்தப் புகைப்படக் கருவிகளைப் பார்த்து, நானே அந்த நிர்வாணப் படங்களை எடுக்கும் கலைஞனாக நினைத்துக்கொள்வேன். எனக்கு ஒரு அக்காளும் தங்கையும் உண்டு. அக்காவுக்கு அவள் மறைவிடத்தில் ரோமம் உண்டு. அவள் தன் வீட்டுப் பாடங்களைக் கொஞ்சம் ஒதுக்கிவைத்துவிட்டு புகைப்படத்திற்காக நிர்வாணமாக என் முன்னால் நிற்க அவளுக்கு ஆட்சேபணை ஏதும் இருக்காது. கலைக்காக மட்டுமே, நிச்சயமாக வேறெந்த அனுகூலத்திற்காகவும் அல்ல. மற்ற க்ரபோப்பியன்களைப் போலவே தன்னுடைய ஆண்மையின் மீது பேரார்வம் கொண்டிருந்த என்னுடைய தந்தையும் படுக்கைக்கு அருகிலுள்ள மேசையில் பல ஆபாசப் புத்தகங்களை அடுக்கிவைத்திருந்தார். ஆனால் இதுவரை, ஒரு முறைகூடப் புத்தகங்களில் அச்சிடும் முன் யாராவது அந்தச் சதைகளைப் புகைப்படமெடுக்க வேண்டியிருக்கும் என யோசித்ததே இல்லை. இதுவே நான் வெளியே சென்று வேலை பார்க்க வேண்டும் என்ற நினைப்பைத் தூண்டியது. எனது பள்ளி மதிப்பெண்கள் ஆச்சர்யப்படும்படியாக உயர்ந்தன. எவ்வளவு விரைவில் வேலைக்குச் செல்லப்போகிறோனோ அவ்வளவு நல்லது எனக்கு. அப்பா வீட்டில் இல்லாதபோது, அவருடைய பாலியல் புத்தகங்களின் முன்னால் குனிந்து, சிரத்தையுடன் அந்தப் புகைப்படங்களில் உள்ள தோற்றங்களில் என் அக்காவோ அல்லது அவள் தோழிகளோ பொருந்தக்கூடிய தோற்றங்களை வரைந்துகொண்டிருப்பேன். இவற்றுடன், இந்த நோக்கத்திற்காக என்னுடைய சொந்தக் கற்பனையில் தோன்றியவற்றையும் ஒரு

கோப்பில் சேமித்துவைத்து, மாட்டிக் கொள்ளாதிருப்பதற்காக அதன் மேற்புறத்தில் 'கணக்கு' என்று எழுதி வைத்திருக்கிறேன்.

என் பெற்றோர்கள், பன்னிரண்டாவது வயதில், புகைப்படக் கருவியைப் பரிசாக அளித்ததன் வாயிலாக எனது கனவுகளுக்கு அளவற்ற உற்சாகத்தைத் தந்திருந்தனர். யாஷிக்கா அல்லது லெய்க்கா பிராண்டுகள் எனக்குக் கூடுதலான மகிழ்வைக் கொடுத்திருக்கும், ஆனால் மலிவான கோடாக் மாடலே எனக்கு அன்றைய தினத்தில் நிறைவைத் தந்தது. என்னுடைய ஆசையை உடனே நிறைவேற்றத் துவங்குவதற்கு ஐந்து படச் சுருளைகளையும் கொடுத்திருந்தார்கள். கறுப்பு வெள்ளை. இப்போது, என்னுடைய அக்காவையும் அவளது தோழிகளையும் நான் எவ்வாறு வசப்படுத்துவது என்பதுதான் கேள்வியாக இருக்கிறது.

என்னுடைய புகைப்படக் கருவியுடன் *The Wet Afternoon* விடுதிக்குக் கிளம்பிவிட்டேன். இனிமேல், அதைவிடுத்து எங்காவது செல்வது என்ற கேள்வியே இல்லை. குறிதப்பாத முதல் படமாக, எந்தக் கவலையற்றும் என் அப்பா குடித்துக்கொண்டிருப்பதை எடுத்து எனது கணக்கைத் துவங்கியிருக்கலாம். ஏனென்றால், ஒரு விஷயத்தில் நான் நம்பிக்கையுடன் இருந்தேன். கிட்டத்தட்ட எல்லா ஆல்பங்களிலும் காணப்படும் சுமாரான, மோசமான படங்கள் எடுப்பவனாக நான் இருக்க மாட்டேன். நான் நம்பியது சரிதான் என்பது சீக்கிரமே நிரூபணமாகிவிட்டது. அப்பா, தன் முதல் பாட்டிலைக்கூட முடித்திராத நிலையில் துப்பாக்கிக் குண்டுகளின் சத்தம் துவங்கியது. அவர்கள் புரட்சியாளர்கள் – அந்த நாட்களில் மிகவும் ஆரம்ப நிலையில் இருந்தது அவர்கள் இயக்கம். அப்போது எனக்கு என்ன ஆனதென்று தெரியவில்லை. எங்கும் ஒரே குழப்பமாக இருந்ததால் எனது ஞாபக சக்தியையும் சரியான சான்றாக எடுத்துக்கொள்ள முடியவில்லை, ஆனால், நான் தரையில் படுக்கவில்லை என்று மட்டும் நினைக்கிறேன். நின்றுகொண்டே, அந்த நொடியில், அவர்கள் சுட்ட குண்டு, என் அக்காவின் தலையைத் துளைத்துக் கொண்டு வெளியேறியதைப் புகைப்படம் எடுத்தேன். அதை நினைவறிந்து செய்த செயல் என்று நீங்கள் கணிப்பது போல் சொல்ல முடியாது. புகைப்படக் கலைஞரின் உள்ளுணர்வு என்பதாகப் பாருங்கள். – நான் அப்படித்தான் பார்க்கிறேன்.

என் அக்காவை எடுக்க வேண்டுமென்று நான் திட்டமிட்டிருந்த படமல்ல அது. ஓட்டைக் கோடக் கேமராவுக்குப்

பதிலாக கேனானில் எடுத்திருந்தால் இப்போதிருப்பதைவிட நிச்சயம் நன்றாக வந்திருக்கும்தான். ஆனால் அந்தச் சூழ்நிலையை வைத்துப் பார்க்கையில், அந்த இடத்தில், அந்தக் கணத்தில் எவ்வளவு சிறப்பாக எடுக்க முடியுமோ அவ்வளவு சிறப்பாக அது எடுக்கப்பட்டிருந்தது.

படச்சுருள் தானாகச் சுழல, என் நிலையை நான் உணர்ந்துகொள்ளும் முன்பே, மக்கள் மேசைக்கடியிலிருந்து ஊர்ந்து வெளியே வரத் துவங்கினர். பதினான்கு பேர் இறந்திருந்தனர், அதில் என் அக்காவும் ஒருத்தி. முகமெல்லாம் சகதி அப்பியிருந்த ஒரு மனிதன் என் முன்னே வந்து, தான் ஊடகத் துறையைச் சேர்ந்தவன் எனத் தன்னை அறிமுகப் படுத்திக் கொண்டு, உண்மையிலேயே படம் எடுத்து கொண்டிருந்தீர்களா என்று என்னைக் கேட்டான். “ஆமாம்” எனச் சொன்னேன். (அல்லது தலையை மட்டும் அசைத்தேனா?) அந்தப் புகைப்படத்திற்கு எவ்வளவு தொகை வேண்டும் எனக் கேட்டான். நான் எவ்வளவு கேட்டேன் எனச் சரியாக நினைவில்லை, அது மிகப் பைத்தியகாரத்தனமான அளவு குறைவானதோ, அல்லது தேவையற்ற அளவு அதிகமான தொகையாகவோ இருக்கலாம், ஆனால் கேட்டது எனக்குக் கிடைத்தது. உடனடியாக! அடுத்த நாள் என் படம், செய்தித் தாளின் முதல் பக்கத்தில் வெளியாகியிருந்தது. புகைப்படம்: பிபுல் மஸ்லி. அது அப்படித்தான் சொல்லியது. காப்புரிமைக்கான ‘C’ குறி அந்தப் படத்தின் முன் இடப்பட்டிருந்தது.

அங்கு, அந்த இடத்தில்தான் ஊடகத்துறை புகைப் படக்காரனாக எனது வாழ்வு துவங்கியது. தரம்குறைந்த ஒரு புகைப்படத்துடன் சரியாக வெளிப்படாத, நிதானமற்று ஷட்டர் வேகத்தைவிட அதிகமாக எடுக்கப்பட்ட புகைப்படத்துடன்.

பாகம் 2

பிபுல் மஸ்லி, புகலிடம் தேடுபவர்

வதைகளுக்கும் பிரிட்டனுக்குமிடையே ஏதோவொரு இடம்

சரக்குக்கொள்கலனுக்குள் (கண்ட்டெய்னருக்குள்) ஒளிந்துகொள்வதற்கேற்ற காலநிலை அல்ல இது. இப்போது குளிரின் அளவு எவ்வளவு இருக்கும். மைனஸ் ஐந்தா? இல்லை, அதற்கும் கீழேயா? அறிந்துகொள்ள எனக்கு வழியில்லை. ஆனால் நிச்சயமாக உறைந்துகொண்டிருக்கிறது. சிறு குட்டைகளாகத் தேங்கியிருந்த நீர், கண்ணாடிபோல மாறியிருந்தது. ஆப்பிரிக்கர்கள் ஆர்ப்பரித்துக்கொண்டிருந்தனர். காலை 7 மணிக்கு எழுந்து அவர்கள் ஜன்னலுக்கு வெளியே பார்த்தபோது, துணி காயப்போடும் கொடிக்குக் கீழே மோசமான நிலையிலிருந்த புல்தரை வெண்ணிறத்துக்கு மாறியிருந்தது. இக்கரைக்கு எப்போதும் அக்கரை பச்சைதான். ஒருவர் கருப்பு, மஞ்சள், சிவப்பு, ஊதா என எந்த நிறமாக இருந்த போதிலும் இங்கு அதுதான் உண்மை. ஆனால் இன்று காலை அந்த ஆப்பிரிக்கர்கள் அதை யெல்லாம் கொஞ்சம் கூட கவனத்தில் எடுத்துக் கொள்ளவில்லை.

பனி! பிளாக் இரண்டில் (அங்குதான் பெரும்பாலான கறுப்பர்கள் இருக்கிறார்கள்) ஒரே ஆரவாரம். அவர்களால் கிளிமஞ்சாரோவில் மட்டுமே பனிப்பொழிவைக் காணமுடியும். மற்ற

பொருட்களைப் போலவே பனியும் ஆப்பிரிக்காவில் கிடைக்காத ஒன்றாக இருப்பதால், ஏறத்தாழ பிளாக் இரண்டின் பாதிப்பேர் அந்த வானிலை அதிசயத்தைக் கையில் அள்ள ஓடிவந்தனர்.

செச்சினியன்கள் உல்லாசமாகிவிட்டார்கள். செச்சினியன் – கறுப்பன் – அது நல்ல இணையல்ல. இல்லவே இல்லை. பாடகிகள் மரியா கல்லாஸும் ரெனெட்டா டெபால்டியும்[1] ஒரே மேடையில் நேருக்குநேர் மோதுவதுபோல மோதிக் கொள்வார்கள். அவர்கள் இருவரும் எப்போதாவது ஒரு அறையைப் பங்கிட நேர்ந்துவிட்டால், கட்டிலின் மேலடுக்குப் படுக்கையில் யார் படுப்பது என அவர்களுக்குள் முடிவு ஏற்படுவதற்கு முன்பே சவப்பெட்டிக்குச் சொல்லியனுப்பி விடலாம். உயிரே போவதுபோல யாராவது ஓலமிட்டால், அங்கு ஒரு செச்சினியன் கறுப்பனை உரித்துத் தொங்கப் போடுகிறான் என நம்பி, யாருடனாவது தாராளமாக நான்கு சிகரெட்களுக்குப் பந்தயம் வைக்கலாம். அவர்கள் எல்லோரும் குத்துச் சண்டையில் ஈடுபடுபவர்கள். இரண்டு தோள்களுக்குமிடையே அகன்ற மார்புகள், அது போக, முழங்கால் உதைகளால் ஏற்பட்ட சிறுநீரக உபாதைகள் மூலம் அது வெளிப்படையாகத் தெரியும். அவர்கள் சிறுநீர் கழிக்கையில் அதன் வாடையிலிருந்தே அறிந்துகொள்ளலாம். அவர்கள் அதை ஃப்ளஷ் செய்ய மறந்து சென்றுவிட்டால் பார்க்க முடியும். சாராயத்தின் நிறம்., அதனுடன் சில ரத்தத் துளிகள்கூட பரவியிருக்கும்.

ஆனால், எப்போதும் எங்கேயும் சொல்லப்படுவதுபோல, நேரில் பார்க்க விரும்புவதைப்பற்றி, பெரிய அளவில் கற்பனை செய்து வைத்திருக்காமல் இருப்பதுதான் நல்லது. அழகான பெண், இங்கிலாந்து, பனி இப்படியான விருப்பங்கள். ஆப்பிரிக்கர்கள் ஏமாற்றப்பட்டதுபோல உணர்ந்தார்கள். பனியைப் பற்றிய அவர்களின் எண்ணம் வேறு விதமாக இருந்தது. அதை அள்ளலாம், அதைப் பந்துபோல உருட்டி மற்றவர்கள் மீது எறிந்து விளையாடலாம். மீண்டும் செச்சினியன்களின் வேடிக்கைக்குரிய ஒன்றாக அது இருக்கும்.

அந்தக் காலை வேளையில் பனிப் பொழிவு ஏதும் இல்லை. அது உறைபனி. ஆனால் அதை எப்படி அவர்கள் மொழியில் சொல்வது? சில நொடிகள் தொண்டைக்கடியிலிருந்து சில சப்தங்களை எழுப்பிவிட்டு ஓட்ட வெட்டியிருந்த தலைமுடியைச் சொறிந்துகொண்டார்கள் ரஷ்யர்கள். ஆனால், அவர்களுக்கு ஒரு ஆப்பிரிக்கனுக்கு உறைபனி என்பதை எப்படி சைகை

---

1. மரியா கல்லாஸ்: அமெரிக்காவில் பிறந்த கிரேக்கமொழி ஓப்ரா பாடகி; ரெனேட்டா டெபால்டி: இத்தாலிய ஓப்ரா பாடகி.

மொழியில் புரியவைப்பது, அது எங்கிருந்து தோன்றியது, யார் கண்டுபிடித்தார்கள், அது ஏன் பனி இல்லை உறைபனி என்பதையும், அவர்களது காட்டு மொழியில் அதற்கு என்ன பெயர் இருக்கக் கூடும் என்பதைப் பற்றியெல்லாம் எதுவும் தெரியவில்லை.

உறைபனி! அதைக் 'கவிதை' என்றோ அல்லது வேறு ஏதாவதாகவோ மொழிமாற்ற விரும்பினேன். ஆனால் அதைச் சரியாகச் சொல்ல எனக்கு வரவில்லை. இங்கு ஒரு கவிதை வருமென்று யாருமே நம்பப்போவதில்லை. திடீரென்று அது வராது. அதுவும் துணி காயப்போடும் கொடியின் அடியில் உள்ள சிறு புல்பரப்பில் என்றால் மிக உறுதியாக நம்பப்போவதில்லை. அடக்கடவுளே, அதே கொடியில்தான் ஸெடி சில நாட்களுக்கு முன்பு தற்கொலை செய்ய முயற்சி செய்தான். அதில் தோல்வியுற்றதால், அங்குள்ள சிலரின் பார்வைக்குப் பைத்தியக்காரனாகத் தெரிந்தான். ஆனால், நாங்கள் மிகவும் கண்ணியமானவர்களாதலால் தற்கொலை என்ற வார்த்தையைக் குறிப்பிடாமல், பெரும்பாலும் 'முடித்துக் கொள்வது' என்றே சொல்வோம்.

இருந்தபோதிலும், ஸெடி, இங்கிருப்பவர்கள் ஒரு நாளில் இரு முறையாவது செய்ய நினைக்கும் அந்த 'முடித்துக் கொள்வதை' நிகழ்த்துவதற்கு மிக அருகில் சென்றுவிட்டான்.

வெளிநாட்டவர்களுக்கான துறை உட்பட உலகமே இரக்கத்துடன் பார்த்து வருத்தப்படும், சியராலியோன் நாட்டைச் சேர்ந்தவன் ஸெடி. சியராலியோன் மக்களுக்கு இங்கேயே தங்கிவிடும் அனுமதி கிடைக்கும் வாய்ப்பு மிகப் பிரகாசமாக உள்ளது. ஸெடி உட்பட அனைவரும் அதை அறிவார்கள். ஆனால் இரண்டு 'நிராகரிப்புகளுக்கு'ப்பின் அவன் தன் நம்பிக்கையைக் கைவிட்டுவிட்டான். இப்போது, உதவி அமைப்பின் நாட்காட்டியில் அச்சிடப் பொருத்தமான முகத்துடன்தான் உலவிக்கொண்டிருக்கிறான். ஆம்னஸ்டி இண்டர்நேஷனலைச் சேர்ந்த வக்கீல் ஒருவர் அவனது வழக்கைக் கையிலெடுத்திருக்கிறார். அந்த வாய்ப்பெல்லாம் அதிக நபர்களுக்குக் கிடைக்காது, அதனால் எந்நேரமும் குறைப்பட்டு அனத்திக்கொண்டிருப்பதை அவன் நிறுத்த வேண்டும். அண்மையில், ஐக்கிய நாடுகள் சபை மனித வளம் பற்றிய அறிக்கை ஒன்றை வெளியிட்டது. அதிலிருந்து வாழ்வதற்குத் தகுதியுள்ள நாடுகளின் பட்டியலில் சியராலியோன் ஆகக் கடைசியில் இருந்தது. அந்தப் பட்டியலில் வெல்ல வேண்டுமென்றால் நீங்கள் அதில் இடம்பெறவும் வேண்டும்,

ஆனால் கடைசி இடத்தில் இருக்கவும் வேண்டும். நேர் காணலின் போது, பிரஸ்ஸல்ஸ் நகர அதிகாரிகளின் மனதைக் கவர அதுபோலச் சில காரியங்களைச் செய்யலாம். தங்கள் வலது கையை வெட்டி எறிந்துவிட்டு வந்து, 'மதிய வணக்கம், இந்த உலகத்திலேயே மிகவும் பரிதாபத்துக்குரிய நாட்டிலிருந்து புகலிடம் கோரி இங்கு வந்திருக்கிறேன்' என்று சொல்பவர்களைக்கூட எனக்குத் தெரியும். உதாரணமாக, சீனன், உடலில் ஒரு குண்டு இருந்ததால் 96வது இடத்துக்கு நேராகப் போய்விட்டான். அப்படியென்றால் அவர்களுக்குக் கடவுச்சீட்டு கிடைக்கும் வாய்ப்பு மிக அரிது எனக் கொள்ளலாம். அதனால்தான் ஸெடி அதிகம் அலட்டிக்கொள்ளக் கூடாது எனச் சொல்கிறார்கள். இருந்தபோதிலும் அவனது நடத்தை சற்று விசித்திரமாகவே இருந்தது. அவர்கள் உடலைச் செச்சினியன்கள் சிதைக்காமல் இருக்கும் தருணங்களைத் தவிர்த்து மற்ற நேரங்களில் ஆப்பிரிக்கர்கள், நாள் பூராவும் உற்சாகத்துடனேயே சுற்றிக் கொண்டிருக்கிறார்கள். என்னைக் கேட்டால் இந்த உற்சாகத்தைப்பற்றி அவர்கள் சிந்தித்தாக வேண்டும். இல்லை யென்றால், அவர்களது நாட்டில் வாழ்வதென்பது, சாதாரண ஒட்டகத்தின் வாழ்வை விடவும் மிகக் கேவலமானது என்று சொல்வதை எந்த உள்துறை அமைச்சகமும் கேட்கப்போவ தில்லை. உதாரணமாக, பிளாக் நான்கில் இருக்கும் ஆஸியா, கழிவறைகளைச் சுத்தம் செய்யும் போதெல்லாம் தாராளமாக இருக்கும் தனது புட்டங்களை விரசமாக அசைத்துக்கொண்டு பாடியவாறு இருக்கிறாள். மகா எரிச்சல்! சொந்த நாட்டில் அவளது யோனி கொத்திக் கூறு போடப்பட்டிருப்பதால், தன் மகள்களுக்கும் அதே விதி ஏற்படக்கூடாதென்று அவள் ஐரோப்பாவின் கோட்டை வாசலுக்குள் நுழைந்திருக்கிறாள் என்பதை பிரஸ்ஸல்ஸின் அதிகாரிகள் நம்ப வேண்டுமென்றால் அவள் துயரம் தோய்ந்த முகத்தோடு இருக்க வேண்டுமென்று நாங்கள் அறிவுரை சொன்னோம்.

பிறப்புறுப்பைத் திருத்திக்கொள்ளுதல் பண்பாடு. அப்படிச் செய்யாமல் இருப்பது நாகரிகம். மனித குலம் பண்பாட்டை விரும்பும் பாலூட்டிகள்.

ஆஸியா ஏற்கெனவே இரு முறை நிராகரிப்புப் பெற்றவள். இன்னும் ஒரே ஒரு வாய்ப்புதான் அவளுக்கு எஞ்சியுள்ளது. அதன்பின் அவளைத் திரும்பவும் விமானத்திலேற்றி விடுவார்கள். பயணங்கள் மனதை விசாலமாக்குகின்றன.

புகலிடம் தேடுவோர்களை முன்பெல்லாம் சொந்த நாட்டுக்கே திருப்பி அனுப்பும்போது பெல்ஜியாவின் தேசிய

விமானமான சபீனா விமானத்தில் அனுப்பிவைப்பார்கள். மோசமான ஊர்தி, ஆனால் தவிர்க்க முடியாதது. இப்போது திவாலாகும் நிறுவனங்களின் வரிசையில் விமான சேவையும் நிற்பதால் இனிவரும் காலத்தில், நிராகரிக்கப்பட்டவர்கள் தங்கள் சீரழிந்த சொந்த மண்ணுக்குச் செல்லும்போது லுப்ஃதான்ஸா விமானத்தில் அனுப்பி வைக்கப்படலாம். புகலிடத்திற்கு விண்ணப்பிக்கும் மூன்றாவது முயற்சியில் அங்கு தங்கியிருக்கும் எய்ஸியின் எண்ணப்படி விமானப் பணிப்பெண்களின் சீருடையும், பணிவிடைகளுமாவது கொஞ்சம் மேம்பட்டதாக இருக்கும். விமான உள்சேவையாக பெல்ஜியம் விமானத்தில் அளிக்கப்படும் பயண விவரப் புத்தகத்தின் முதல் பக்கத்திலிருந்து முடிவு வரை மனப்பாடமாக அறிந்தவன் அவன்.

உண்மை என்னவென்றால், புவி வெப்பமயமாதலைப் பற்றி எந்த ஆப்பிரிக்கர்களுக்கும் விளங்கச்சொல்லக்கூடிய நாள் இல்லை இன்று. அது கொஞ்சம்கூட முக்கியமில்லாத பிரச்சனை. அது முடிந்துபோன விவகாரமென்று அறிவித்து விடுவதற்கான அறிகுறிகள் ஏதும் தென்படவுமில்லை. இரும்புக் கொள்கலனுக்குள் புகுந்துகொள்ள ஏற்ற காலமாக இல்லாமல் இன்னும் கடும் குளிராகத்தான் உள்ளது. இந்த உலகம் மாசுக்களால் கொஞ்சம் வெப்பமயமாகிக்கொண்டிருப்பது உண்மையென்றால், பக்கத்திலிருக்கும் கால்வாயில் கொஞ்சம் அதிகமான ரசாயனத்தை ஊற்ற இதுவே நேரம். சாலையோரம் அமைந்திருக்கும் தொழிற்சாலைகள் இதைவிட நாற்றமடிக்க முடியாது. கடுங்குளிர் உறைகிறது, உறைபனி நிறைகிறது. ஏதோ ஒரு பிரத்தியேகக் கடவுளாலோ அல்லது வேறு ஒன்றாலோ படைக்கப்பட்ட குளிரில் உறையாத ரத்தம் கொண்ட செச்சினியன்களின் உடல்போல ஆப்பிரிக்கன்களுக்கு வாய்க்க வில்லை. இப்போதும்கூட காக்கசஸ் மலைப் பகுதியிலிருந்து வந்த இந்தக் கூட்டம் அரைக்கைச் சட்டையே அணிந்திருக் கிறார்கள். ஏதோ சொல்லித் தூண்டுகிறார்கள். கறுப்பின நிக்கியைச் சீண்டிச் சிரிக்கிறார்கள். கொஞ்சம் பொறுங்கள், இந்த நிழலிடம் பிட்ஸா வேகவைக்கும் அடுப்புபோலச் சூடாக மாறப்போகும் அடுத்த கோடைக்காலம் வரை அவர்களுடைய விண்ணப்பப் படிவங்கள் யாருடைய மேசையிலாவது கிடப்பில் போடப்பட்டிருப்பதைக் காத்திருந்து பார்க்க வேண்டும், அப்போது கறுப்பர்கள் தங்கள் கெட்டியான பனியன்களைக் கழற்றிக்கொண்டு வியர்வை ஒழுகும் அந்தப் பனிக்கரடிகளைக் கேலி செய்துகொண்டே ‘எனக்கு ஆடிப் பாட வேண்டும்போல உள்ளதே, அது மல்யுத்தமாகி விடும் போலுள்ளதே நண்பா’ என்று உற்சாகமாகக் கூவுகையிலும்

இதே சிரிப்பு செச்சினியன்கள் முகத்தில் இருக்கிறதா என்று பார்க்க வேண்டும்.

சரியாக ஒன்பது மணிக்கு ஆடை அரங்கும் திறக்கப்படும். ஆடை அரங்கு என்று இயன்றவரை சர்வதேச பாணியில் சொல்லிக்கொள்வது ஆடை விற்பனையகம் என அர்த்தப் படுத்திக் கொள்ளப்படுவதற்கு மிக உதவி புரிகிறது. ஒரு சபிக்கப்பட்ட தினத்தில், சரக்குந்திலிருந்து, ஆரஞ்சுப் பழக் குவியல்களுக்கிடையே, எக்ஸ்ரே கருவியால் அடையாளம் காணப்பட்ட குரூர கணத்தில் வெளியே இழுத்தெறியப்பட்டு இந்தப் புகலிடத்தில் அடைபட்ட பின்னர், அங்கு உணவு கிடைக்கும். ஆனால் எல்லாவற்றிற்கும் புள்ளிகள் கிடைக்கும் என்பதை அறிந்துகொள்ள முடியும். துல்லியமாகச் சொல்ல வேண்டுமென்றால் ஆயிரத்து ஐநூறு புள்ளிகள். ஆடைகள் வாங்கிக்கொள்ளலாம். இதன் ஒரு சாதகம் என்னவென்றால் பண மதிப்பிழப்புகள் இந்தப் புள்ளிகளைப் பாதிக்காது. ஆயிரத்து ஐநூறு என்பது எப்போதுமே ஆயிரத்து ஐநூறு மதிப்பு கொண்டதுதான். ஆடை அரங்கு என்பதே பெல்ஜியர்கள் உபயோகப்படுத்திய பின் தேவையற்றது எனத் தூக்கிப் போட்ட உடைகளை எடுத்துவந்து மிக நேர்த்தியாக அடுக்கி வைக்கப்பட்டிருக்கும் இடம், மூலையில் இருக்கும் சிறிய மறைவிடம்தான் அளவைச் சரி பார்க்கும் உடை மாற்றும் அறையாக உள்ளது. உதாரணத்துக்கு ஒரு கம்பளிக் குல்லாவின் விலை இருபத்தைந்து புள்ளிகள்.

எங்கள் வாழ்வின் சலிப்பைச் சிதறடிக்க நாள் முழுவதும் ஆடைகளை மாற்றிமாற்றி அணிந்து அளவு பார்த்துக் கொண்டே இருந்து விடுவோமென்பதால் விடுதி விதிகளின் ஆணைப்படி ஆடை அரங்கிற்கு வாரம் ஒரு முறை மட்டுமே செல்ல முடியும். அதிக நேரமெடுத்துக் கொள்வதென்பது, பெண்களுக்கு வேண்டுமானால் ஓரளவுக்குப் பொருந்தக் கூடும், ஆண்களுக்குச் சற்றும் பொருந்தாது. பெல்ஜிய நாட்டுப் பெண்கள் நவீன ஆடை அலங்காரத்தில் மிகவும் கவனமாக இருப்பதால், தங்களை அழகான ஆடையில் பகட்டாகக் காட்டிக்கொள்வதுடன், அதை விரைவில் தூக்கி வீசியும் விடுவார்கள். பெல்ஜிய ஆண்களைப்போல இல்லை. ஆண்கள் இரு பக்கக் காலுறைகளிலும் ஐந்து ஓட்டைகள் விழாதவரை அவற்றைத் தர்மம் செய்யமாட்டார்கள். ஆனால் நாங்கள் அதைப்பற்றிக் குறைப்பட்டுக்கொள்வதில்லை. அந்தச் சல்லடைகளிலும் பாதங்களை மகிழ்ச்சியுடன் மறைத்துக் கொள்வோம். *நன்றி, மிக்க நன்றி.*

ஒரு கோட் அல்லது ஒரு ஜோடி உள்ளாடைகளாகத் தாங்களே மாறிவிட்டால் இந்த நாட்டில் தங்கிவிடக்கூடிய வாய்ப்புகள் அதிகம் என்று கறுப்பர்கள் அறிந்துகொண்டார்கள். நவீன ஆடைச் சந்தையில் ஆப்பிரிக்கர்களின் கறுப்புத் தோலுக்கு நல்ல கிராக்கி. ஆனால் இப்போது புலித்தோல் கால் சட்டைக்கும், மற்றெந்த ஆப்பிரிக்க விலங்கின் தோலுக்கும் அவர்கள் அவ்வளவாக விருப்பப்படவில்லை. அவர்களுக்குத் தேவை சிறு வட்டத் தொப்பி மட்டுமே. மிகவும் தடிமனான ஒன்று. மற்றும் கையுறைகள்; அப்புறம் ஒரு ஸ்கார்ஃப்பும். அதன் பின்னும் வேறென்ன தேவையாக இருக்கும் எனத் தெரிய வில்லை. மூக்கை வெப்பமாக வைத்திருக்க உதவும் ஏதோ ஒன்று? அது கிடைக்கிறதா என்ன? கொள்கலனுக்குள் மறைந்து கொள்வதற்கு ஏற்றதாக இல்லாத இந்தக் காலநிலை மிகவும் பயங்கரமாகவும் மோசமானதாகவும் உள்ளது. இப்படியான கடுங்குளிர்க் காலத்தில் உன் இருப்பை நிர்ணயிக்கும் எந்தப் பதிவுத் தபாலும் அஞ்சல் பெட்டிக்கு வரக்கூடாது என்று வேண்டிக் கொள்வதைவிட வேறு வழியில்லை.

ரமோனாவைப்போல எவராலும் முடிதிருத்த முடியாது

பெண்களைக் கண்டாலே எப்போதும் அவனுக்குப் பயம் என்பது உண்மைதான், ஆனால் இந்த ஊரின் முடிதிருத்தும் பெண்மணியால் ரஜீப் உணர்வது முற்றிலும் வேறுவகையான அனுபவம்.

அவனுடைய கேசம் மிக நீளமாக வளர்ந்து, கழுத்துக்குப் பின்னால் சுருண்டு, தொங்கும் கயிற்றூஞ்சல்போலத் தெரிந்தது. பொதுவாக, நாம் இறந்த பின்னும் இரண்டு வாரங்களுக்குக் கேசம் வளருமென்பார்கள். சிலரது கலாச்சாரத்தில் கல்லறைக்குக்குள் கத்தரிக்கோலோடு செல்வார்கள். அதே விளைவுகளின் பொருட்டு, புகலிடம் தேடுவோருக்கும் அவ்வப்போது முடி வெட்டிக்கொள்ள வேண்டிய தேவை உள்ளது என்பது ஆச்சர்யமானதல்ல. கண்ணாடியைப் பார்க்கும்போது, வறட்சியான அவன் தலையில் சிறு பஞ்சுப்பொதிபோல வேர்விட்டு வளர்ந்திருக்கும் கேசத்தைப் பார்த்து ரஜீப் அதிர்ச்சியில் பேச்சிழந்து போவான். அது ஒரு நம்பிக்கைதான் – ஒரு சிறு இழை மயிராக இருந்தபோதிலும், அவனது உடலில் ஏதோ ஒரு வளர்ச்சி உள்ளது என்பதை அது அறிவிக்கிறது. தன்னுடைய முகப் பருக்களிலிருந்து எப்படியோ விடுபட்டுவிட்டான், ஒவ்வொரு முறை சவரம் செய்யும்போதும் முகம் ரத்தச் சகதியாவதில்லை. எப்படியாவது கிடைக்கும் ஒவ்வொரு துளிக் கொழுப்பும் அவனுக்குத்

தேவையாக இருந்தது. பருவின் சீழைப் பிதுக்கி எடுக்கும் அளவுகூட சதை அவன் உடலில் இல்லை. இருக்கும் சீழில் அவன் தனக்குத்தானே ஊட்டமளித்துக் கொண்டான். தன் கேசமே தன்னைத் தடுக்கி விழவைக்கும் அளவுக்கு வளர்ந்த பின், அலுவலகத்தின் வரவேற்பு அறைக்குச் சென்று ரமோனாவின் முடிதிருத்தகத்தில் முடிவெட்டிக் கொள்வதற்கான பணச் சீட்டைப் பெற்றுக்கொள்ளலாம். புகலிடத்திலிருந்து கிளம்பித் துருப்பிடித்த சைக்கிளில் சென்றால் சுமார் இருபது நிமிடப் பயணத் தொலைவில் இருக்கிறது அது.

ரமோனாவிடம் ஒரு துர்வாடை வீசியது. அதை வியர்வை வாடை என்று நம்ப அவன் மறுத்துவிட்டான். அவளுடைய தோற்றத்துக்கு மிகச் சரியாகப் பொருந்திப்போகுமாறு அவள் உடலிலிருந்து வீசும் ஒருவிதமான துர்க்கந்தம். எந்தக் கவர்ச்சியுமற்ற குண்டான தேகம்; அவளுக்கு ஃபாவிஸ ஓவியத்தின் வண்ணம்போல அடர்ந்த வித்தியாசமான நிறம், அவளது முலைகள் தீண்டத்தகாதவையாக, ஆபத்தான வகையில் கிடைமட்டமாகப் பரந்து நிறைந்திருந்தன. அவளே கழுவி, கேசம் உலர்த்தும் உபகரணத்தால் புஸுபுஸுவெனக் காயவைத்ததுபோலச் சிகை. அவன் ரசனைக்கேற்ப அவள் இல்லாதிருந்த போதும், மனம் அவளது யோனியைப் பற்றி நினைத்துக் கொண்டிருப்பதைத் தடுக்க முடிவதில்லை. இறுக்கமான பழைய ரக இடுப்பு உள்ளாடைக்குள் அது தனது சுரோனிதத்துக்குள் மிதந்துகொண்டிருக்கலாம் என எண்ணினான். பலரால் புணரப்பட்டு நாற்றமெடுக்கும் யோனி. அந்த உணர்வு அவனை எப்போதும் சிரமத்துக்கு உள்ளாக்கும். இத்தகைய வெறுப்பூட்டும் பெண்கள் அவனை அச்சுறுத்துவது போலிருப்பார்கள், அவர்களின் அருவருப்பான விஷயங்கள் இரு கால்களுக்கிடையே துவங்கி, உடலெங்கும் மொய்த்துப் படர்ந்து பரவும் என்ற முடிவை எட்டியிருந்தான். அவனுடைய அன்னையைப் பற்றியும்கூட அதே எண்ணம்தான் கொண்டிருந்தான்.

பணச் சீட்டை மேசையின்மீது வைத்தவன் அவளையும், அங்கு விண்வெளிக் கலம் போன்ற உபகரணத்தில் தலையை உலர்த்திக்கொண்டிருந்த பெண்களையும் பார்த்துப் புன்னகை புரிந்தான். தான் ஒரு முட்டாளாகத் தெரிவோமோ என நினைத்துப் பயந்தான். புகலிடத்தின் முத்திரை பதித்திருந்த அந்த ரொக்கச் சீட்டைப் பரிசோதித்த ரமோனா நிமிர்ந்து அவனை உச்சி முதல் உள்ளங்கால் வரை நோட்டமிட்டாள். மூக்கைச் சுருக்கினாள். ஒரு மின்னற் கணத்தில்தான் அந்தக்

கொழுத்த கழுத்தை நெரிப்பதுபோல நினைத்துப்பார்த்தான். சிறுவனாக இருந்தபோது கொன்று பழகிய கோழிகளின் நினைவு வந்தது. கோழியின் பின்பக்கத் துவாரத்தை எப்படி கவனிக்க வேண்டும் என்று தாத்தா சொல்லிக்கொடுத்திருந்தார். அதன் அவயங்கள் துடித்துத்,துவண்டு இயக்கத்தை நிறுத்தியதும், வெண்மை நிற நிணம் சேறுபோலச் சொட்டும். அப்போதுதான் அதன் கழுத்தை நெரித்துக்கொண்டிருப்பதைச் சற்றே இளகச் செய்யலாம். அதே செயலை ரமோனாவுக்கும் செய்யலாம். அவளுக்கும் அவனை அவ்வளவாகப் பிடிக்கவில்லையென்றே தோன்றுகிறது. மிகுந்த கடுகடுப்புடன்அவள் ஒரு நாற்காலியை நோக்கி விரலைச் சுட்டிக்காட்டியவுடன், அங்குதான் தான் அமர வேண்டும் என யூகித்துக்கொண்டான். சிரமமில்லாத உணவு முறை பற்றிய செய்தியும், பிரபல அழகிகளின் படமும் தாங்கிய வார இதழ்கள் இருபக்கமும் குவிந்திருக்க இடையில் சிறு இடம். புத்தகங்களைப் பார்க்கையில், அடுத்த ஆண்டின் நவ நாகரிகங்களில் நீச்சலுடை வடிவங்கள் மிக நம்பிக்கைக்குரிய தாக இருக்கப்போகிறது எனத் தோன்றியது. முலைகள் சற்றுப் பெரியவையாகத் தெரியக்கூடும். நீல வண்ணம் பிரதானமாகவும், தொப்புள்குழி வட்டங்களில் இரும்பு வளையங்கள் போட்டுக் கொள்வதும் உச்சபட்ச நாகரிகமாக இருக்கப்போகிறது.

ரமோனாவுடையதோ அல்லது வாடிக்கையாளர் யாருடையதோ தெரியவில்லை, ஒரு சீன தேசத்து ரகமான பிகினீஸ் நாய்க்குட்டி அவனுடைய காலில் தன் உடலை உரசிக் கொள்ள வந்தது. கூர் முனையுடைய சப்பாத்துகளிடம் அதற்கு ஏதோ வசீகரம்போல.

தலையில் மாட்டிக்கொண்டிருந்த கேசச் சுருள் உருளைகளுக்கும், கையிலிருந்த வெற்றுக் கிசுகிசுப் பத்திரிகைக்குக்கும் பின்னா லிருந்து அந்தச் சிறுக்கிகள் அவனை வெறித்துப் பார்த்துக் கொண்டிருந்தார்கள். அவர்கள் அவனைப் பற்றித்தான் பேசிக்கொண்டிருந்தார்கள். ஒரு வினாடிகூட அந்த மொழி அவனுக்கும் புரியக்கூடும் என்று அவர்கள் நினைக்கவில்லை. அது, ஏதோ எலிப்பொந்து போன்ற சிறிய நாட்டில், பல நூற்றாண்டு களாக சேகர சபை பாதிரியாரால் புனிதப்படுத்தப்பட்ட மொழி வழக்கின் வார்த்தைகளாகவே இருந்தாலும்கூட அதில் பேசுவது முறையல்ல. அவர்கள் ஒரு அயல்நாட்டுக்காரனைப் பற்றி, அதுவும் அழுக்கான அயல் நாட்டுக்காரனைப் பற்றிப் பேசுகிறார்கள். புகலிடம் தேடும் ஏராளமானவர்களில் ஒருவன். அவர்களுக்கு, அந்த நாய் தனது சிவந்த பின்புறத்தால் மூர்க்கமாக

அவன் காலை உரசிக்கொண்டிருப்பதே நான்கு கால் பிராணியின் வம்சத்துக்கு இணையானவன்தான் அவனும் என்பதற்குத் தெளிவான சான்றாகும். அவனுடைய முன்னோர்களைப் பற்றிய யூகத்தில், அவனுக்குரிய பணியையும் நினைத்து வைத்திருப்பார்கள். நகர ஒன்றியத்தின் மலம் அள்ளும் வேலை போன்ற ஏதோ ஒன்று.

விரல்களுக்குச் சாயம் பூசிக்கொண்டிருந்த கேடுகெட்டவளை அவனுக்குத் தெரியும். குறைந்தபட்சம் அவளது முகம் பரிச்சய மானது. அந்தச் சரகத்தின் ஃபாஸிச முன்னணியை நிறுவிய வக்கீலுக்கு வாழ்க்கைப்பட்டவள். எந்தக் கொள்கையையும் எதிர்க்கும், எதற்குமே ஆதரவு தராத ஒரு கட்சிக்கு முன்னிலை வகிப்பவன் அவன். அவனுடைய இல்லக் கிழத்தியான இந்த வேசியை நான் தொட்டுவிட்டால் அவள் இதயம் வெடித்துச் சிதறி விடும். அவளது வாய்க்குள் நாக்கைவிட்டுச் சுழற்ற வேண்டும். அதைத் தானே நான்கு கால் பிராணிகள் செய்யும். அவர்களுடைய முதலாளிகளின் முகமெங்கும் நாவால் நக்குவது.

முடி திருத்தத்திற்காக அமர வேண்டிய நாற்காலியில் அவன் வந்து அமர்ந்துகொள்ளலாம் என்று ரமோனா கூறினாள். அவனுக்கு அளிக்க வேண்டிய மரியாதையின் நிமித்தமாக அவனுடைய குடும்பப் பெயரைச் சொல்லி அழைத்தாள். "மிஸ்டர். மோக்கா."

"உங்கள் சிகையை நான் எந்த விதத்தில் திருத்த வேண்டும் என விரும்புகிறீர்கள் மோக்கா? சுருட்டையாகவா? சடைமுடி போலவா? அல்லது உச்சந்தலை தொப்பி வைத்துச் சிரைத்து விடவா?"

அங்கிருந்த ஆடுகள் அனைத்தும் ஒரே குரலில் கனைக்கத் தொடங்கின. அவர்களுடைய பொய்ப் பல் செட்டுகளால் எந்த நேரத்திலும் மூச்சுத் திணறல் ஏற்பட்டும்விடும் அளவுக்குச் சிரித்தார்கள்.

அவர்களுடைய முகச் சுருக்கங்களைக் கணக்கெடுத்துக் கொண்டே மனதைத் திசை திருப்பியிருக்கக் கூடும். ஆனால் அவன் மனம் வேறொரு விஷயத்தில் ஆழ்ந்திருந்தது. கத்தி சம்பந்தப் பட்ட நினைவு. அந்தக் குட்டி நாயின் கோரைப்பல் பற்றி.

பேன் நீக்கும் ஷாம்ப்பூவை எடுத்துச் சற்றும் நாகரீகமின்றி அவன் தலை முடியில் சரசரவென அவள் தேய்த்ததை அவன் கண்டுகொள்ளவில்லை. ஒரு முழு குழாயையும் கவிழ்த்தாள். அதன் முனை குத்தியது.

பிராப்ளம்ஸ்கி விடுதி

"இதுதான் மிஸ்டர் மோக்கா, தலையை அலசுதல் என்று சொல்வது. எங்கே சொல்லுங்கள்: 'அலசுதல்."

"ஏன் இந்த ஐரோப்பியர்கள் இரண்டு நிமிடங்களில் தரையில் கிடக்கப்போகும் இந்த முடியை மெனக்கெட்டு அலச வேண்டும்?"

கண்களை மூடிக்கொண்டவன் ரமோனாவின் பருத்த விரல்கள் பேன் நீக்கும் திரவத்தைத் தன் தலையில் தேய்த்துக் கொண்டிருப்பதில் கவனம் செலுத்தினான். தலையை ஏதோ உருட்டிவைத்த மாவைப்போலப் பிசைந்தாள். அதனால் அவள் மென்மையாகத் தடவுகிறாள் என்றெல்லாம் அர்த்தம் இல்லை. அவள் அவனுடைய இருக்கையை நெருங்கிவர அவளது பால் பண்ணைகள் இரண்டும் அவன் தோளில் அழுந்தின, அவளுடைய கட்டை குட்டையான அருவருப்பான விரல்களை அவன் உச்சந்தலையில் தன் முழு பலத்தையும் பிரயோகித்து அழுத்தும் மும்முரத்தில் அவள் நாக்கு முகத்திற்கு வெளியே தொங்கியது. அவனுடைய தலையை அழுத்தியும் கிள்ளியும் கொண்டிருந்தாள், வெகு விரைவில் அவன் காதுகளைத் தன் கத்தரியின் கூர்மையான பற்களுக்கிடையில் அவள் கொண்டுவருவதற்கான சாத்தியங்கள் தெரிந்தன. அவன் தலையை அலசும் நீர் கடும் குளிர்மையுடன் இருக்கும், தெளிக்கும் கேசத் திரவியங்கள் பூச்சிகொல்லி மருந்தாகவோ அல்லது கழிவறையின் நாற்றத்தை மறைக்கப் பயன்படுத்தப்படும் தெளிப்பானாகவோ இருக்கலாம். ஆனால் அவனோ அதை ஆனந்தமாக அனுபவித்தான். கண்களை மூடிக்கொண்டு தனது குறியைப் புடைக்கவிட்டான். அவனது தொடையிடுக்கை மட்டும் ரமோனா சற்றுக் கூர்ந்து கவனித்திருந்தால் அது எவ்வளவு விறைத்திருந்தது என அறிந்திருப்பாள். ஆனால் அவன் வசம் ஏதுமில்லை, அவனுக்கு ஒரு நோயுமில்லை, நீண்ட நாட்களாக அவனை யாரும் எந்த வகையிலும் தொடவில்லை, அவ்வளவேதான்.

செர்ரிபியின் பிரிவு

நியூயார்க் நகரில் அவர்கள் தாக்குதல் நடத்தியபோது நீ எங்கிருந்தாய்?

ஐம்பது அடி உயரத்திலிருந்து கீழே விழுந்தால் உயிர் பிழைப்பதென்பது அவரவர் திறமையைப் பொறுத்தது என்பார்கள் மலையேற்ற வீரர்கள். அவர்கள் சொல்வது எவ்வளவு தூரம் சரியென்று தெரியவில்லை. அன்று நியூயார்க் நகரில் எனது கேனான் புகைப்படக் கருவியுடன் பரந்த வானில் சுருங்கி மறைந்த இரு மின்னற் கோடுகளைப் படம் பிடிக்க நான் அங்கு இல்லாமல் போனது எனது திறமையின்மையா? என்றென்றும் நினைவுகளின் தொகுப்பில் சேகரமாகி இருக்கக்கூடிய படம். நான், பிபுல் மஸ்லி, புகைப்படக் கலைஞன் அன்று நியூயார்க் நகரத்தில் இல்லாமல் போனதன் காரணம் பத்திரிகையாளர் அடையாள அட்டை எனது நாட்டின் சர்வாதிகார அரசால் என்னிடமிருந்து பறிக்கப்பட்டுவிட்டதாலா அல்லது எனது திறமையின்மையின் காரணமாகவா?

அன்று, புதிய நூற்றாண்டின் மகத்தான சின்னத்தைப் புகைப்படம் எடுப்பதற்குப் பதிலாக பிளாக் 10இல் தாலிபானிலிருந்து தப்பி ஓடிவந்த செர்ரிபியுடன் அமர்ந்து அற்புதமான சதுரங்கம் ஆடிக்கொண்டிருந்தேன். இந்த ஆட்டம் எனது கட்டுப்பாட்டில் இருந்தது என நான் நம்பிக்கொண்டிருந்த வேளையில், தனது சில சிப்பாய்களை முன்னகர்த்தி, மிகப் புத்திசாலித்தனமாக அவர்களைப் பலியிட்டு,

நடுவில் எனக்குக் குழி பறித்து ஆட்டத்தைச் சமனில் முடிக்கும் நிலைக்குள் என்னைத் தள்ளினான். பெருமைக்காக இதைச் சொல்லவில்லை. இதுவரை, செர்ரிபி ஒருவனால் மட்டுமே நானே எதிர்பாராத, எளிய ஆட்ட நகர்வினால் என்னை ஆச்சரியப்படுத்தி மௌனியாக்க முடிந்திருக்கிறது. கறுப்புக் காய்களை வைத்து இவ்வளவு திறமையாக விளையாடுபவர்களை இதற்கு முன்பு நான் பார்த்ததேயில்லை.

இரண்டு 'நிராகரிப்பு'களுக்குப் பிறகு செர்ரிபி மிகவும் மனமுடைந்துபோய் மூன்று நாட்களுக்கு முன் அங்கிருந்து இங்கிலாந்திற்குத் தப்பி ஓடிவிட்டான். செப்டெம்பர் 11ஆம் தேதிக்குப் பிறகும் அவனுடைய விண்ணப்பம் ஏற்றுக்கொள்ளப்படும் என்னும் நம்பிக்கையை வளர்த்துக்கொண்டிருந்தாலும் இப்படிச் செய்துவிட்டான். அன்று ஆஃப்கானியர்கள் தொலைக்காட்சி ரிமோட்டை முற்றிலும் தங்கள் வசப்படுத்திக் கொண்ட போது, தங்களுடைய விருப்பத்திற்குரிய குடும்பத் தொடர்கள் தவறிப் போகிறதென்று யாரும் கிளம்பி வரவில்லை. அதிலும் இந்தச் சோமாலியர்கள். நேஷனல் ஜியாக்ரஃபி பார்ப்பதற்காகக் கொலையே செய்யும் அளவு வெறியாக இருப்பார்கள். ஒருவேளை, கண்களில் நீர்மல்கத் தாங்கள் அங்கு விட்டுவந்த செல்லப் பிராணிகள் திரையில் எங்காவது தென்பட்டுவிடாதா என்ற நம்பிக்கையில் இருக்கலாம். ஆனால் அந்த 11ஆம் தேதி அனைவரது பார்வையும் ஒரே சேனலில் கண் அகலாமல் பதிந்திருந்தது. அது நரகத்தின் சினிமா. நம்ப முடியாத சித்திரங்கள்போல இருந்ததை ஒத்துக்கொள்ளத்தான் வேண்டும். அந்தத் தாக்குதல் நிகழ்ந்த சில மணி நேரங்களில் முஸ்லிம்கள் அனைவரும் பழிவாங்கல் நடவடிக்கைகளையும் படுகொலைகளையும் எண்ணி நடுங்கிப் பாயை நனைத்துக்கொண்டிருந்தார்கள். ஆனால் செய்தித்தாள்கள் அனைத்திலும் மாறிமாறி வந்த கட்டுரைகளைப் பார்க்கையில் இந்த உலகம் ஆஃப்கானிஸ்தானத்தில் உள்ள பிரச்சினைகளை ஒருவழியாக அறிந்து கொண்டதுபோல இருந்தது. அதன் பின் செர்ரிபி தனது 'வாய்ப்பு'க்கான நம்பிக்கையைப் பற்றிக் குரல் கொடுக்கத் துவங்கினான். அமெரிக்கா தன் பங்குக்குச் சில குண்டுகளை ஆஃப்கானில் இறக்கி, விரைவில் நிலைமையைச் சீராக்குவோம் என்று அறிவிக்கும்வரை அவன் நம்பிக்கை நீடித்தது.

இரண்டு 'நிராகரிப்பு' அதன்பின் சொந்த நாட்டுக்குத் துரத்திவிடுதல் என்பது நிச்சயிக்கப்பட்ட ஒன்று. செர்ரிபி அந்த நிலையை அடைய விரும்பவில்லை, நானும் நான் உறங்கும் பிளாக் 4 அறை எண் 26இல் வசிக்கும் சிலரும் அவன் தப்பியோடுவதைப்பற்றி அறிந்திருந்தோம். காஷ்மீரைச் சேர்ந்த மக்ஸூத், எனது நெருங்கிய நண்பன் மட்டுமல்ல, செர்ரிபியின்

அறையில் இருப்பவன், சகோதரனுக்கு ஒப்பான தோழமை. சகோதரனிடம் விடை பெறுகையில், இங்கிலாந்துக்குச் செல்லும் சரக்குக் கொள்கலனைப் பற்றிய சில தகவல்கள் தனக்குத் தெரியுமென்றும், அவன் தப்பிச்செல்லும் நேரம் வந்துவிட்டதென்றும் கூறினான். ஒரு மோசமான இனிப்புத் தேநீரை இருவரும் அருந்தியபின் ஒருவரையொருவர் அணைத்துக் கொண்டனர். ஒருவேளை அது கடைசி முறையாகக்கூட இருந்திருக்கலாம். அதன்பின் செர்ரிபி பிரிந்துசென்றான்.

அதனால் இன்று மக்ஸூத் இருக்குமிடத்தில் வாயைப் பொத்திக்கொண்டிருக்க வேண்டும். இரவிலிருந்து விடியற்காலை வரை ட்ரான்சிஸ்டரில் *பிபிசி* செய்தியைக் கேட்டுக்கொண்டே மீண்டுமொரு உறக்கமற்ற இரவைக் கழித்திருந்தான். அயர்லாந்தின் வாக்ஸ்ஃபோர்ட் நகரத்தில் எட்டு அகதிகளின் சடலங்கள் இருந்த சரக்குக் கொள்கலனைத் தடுத்து நிறுத்தியுள்ளனர். உடல்களின் பெயர் இன்னும் அறியப்படவில்லை, ஆனால் ஸேப்ருகே (Zeebrugge) துறைமுகத்திலிருந்துதான் கப்பலேறியிருக்க வேண்டுமென்று உறுதி செய்யப்பட்டுள்ளது. வேறெங்கிருந்து இருக்க முடியும்? அங்குள்ள மக்கள் அனைவரும் அறிந்த உண்மை அது. கஸகஸ்தான் மலைப்பகுதியிலிருக்கும் மக்கள் முதல் தஜிகிஸ்தானில் உள்ள கொக்கெய்ன் அங்காடிகள் வரை இதைப்பற்றிப் பேசுகிறார்கள். ஸேப்ருகேவில் நடக்கும் சுங்கச் சோதனை என்பது வெறும் கண்துடைப்பு, அந்த மனிதக் கடத்தல்காரர்கள் எங்களுக்கு உதவுவதற்கு வாழ்நாள் சம்பாத்தியத்தைக் கேட்பார்கள். ஏனென்றால் ஆரவாரமற்ற வடக்குக் கடல் (North sea) தவிர, The White Cliffs of Dover என்னும் சுதந்திர கீதத்தை நாங்கள் இசைக்கப் பாதுகாப்பான இடம் வேறெதுவுமில்லை என அவர்கள் அறிவார்கள். ஆனால் அந்தத் தேவடியாப் பயல்களுக்கு, கப்பல் இங்கிலாந்துதான் போகிறது, அயர்லாந்து போகாதென உறுதியாகத் தெரிந்திருக்க வேண்டும். இரும்புக் கலனுக்குள் அடைபட்டிருந்தால் அயர்லாந்து என்பது உலகத்தின் கடைசி முனையைச் சேர்வதுபோல எனலாம். அங்கு யாருமே உயிர் பிழைக்க முடியாது. அதுவும் இந்தக் காலகட்டத்தில். இந்தக் காலநிலை கொள்கலனுக்குள் ஒளிந்துகொள்வதற்கு ஏற்றதல்ல என்று செர்ரிபியிடம் கூறினோம்.

மக்ஸூத் அதை சரியான பொருளில் எடுத்துக்கொள்ளவில்லை. மற்றவர்களும்கூட அதை சரியாகப் புரிந்துகொள்ளவில்லை.

நீண்ட நடைக்கூடத்தின் ரேடியேட்டரின் பக்கமாக நின்று சிகரெட் புகைத்தோம். ஒன்று மாற்றி ஒன்று. இயன்றவரை.

ஒரு வாரம் முழுவதும் ஒரே ஒரு பாக்கெட்டை வைத்துச் சமாளிக்க வேண்டும். அகதிகளாக இருப்பதன் ஆரோக்கியமான பக்கம் இதுவெனச் சொல்லிக்கொள்ளலாம். ஒருவர் மாற்றி ஒருவராக ரேடியோ கேட்டு இங்கிலாந்தின் மீதான கோபத்தை இறக்கிக்கொண்டிருந்தோம். எல்லோருமே இந்த எல்லை தாண்டும் பயணத்தை விரும்புமளவு பைத்தியம் பிடித்தவர்கள் அல்லர். அங்கு எதற்காகச் செல்ல வேண்டும்? இந்தப் புகலிடத்தில் கிடைக்கும் மாட்டுத் தீவனத்தைவிட அங்கொன்றும் சிறப்பாகக் கிடைக்கப்போவதில்லை. ஏமாளிகளை ஆசை காட்டி, குடியுரிமைப் பத்திரமில்லாமல் உன்னை வரவேற்பார்கள். நீ செய்யவேண்டியதெல்லாம், கொள்கலனுக்குள் திருட்டுத்தனமாக நுழைந்து, உறையும் குளிரில் மூச்சுத் திணறிச் சாகாமல் இருக்குமாறு பார்த்துக்கொள்ள வேண்டும். அவ்வளவுதான் என்பார்கள். அது ஒரு குழந்தைகளின் விளையாட்டைப்போல. திருவாளர் முதலையே, உனது முதுகில் ஏறி சவாரி செய்து இந்த ஆற்றை நீந்திக் கடப்போமா நாம்?' என்பது போன்ற விளையாட்டு. வேடிக்கையான பிரித்தானியர்கள்! அவர்களைப் போலவே அவர்களது நகைச்சுவை உணர்வும் வறட்டுத்தனமானது. அப்படி இருந்தும் பழம்பெருமை வாய்ந்தது! இதுவரையில் அவர்களுடையதென்று சிறப்பாகச் சொல்ல *பிபிசியும்* பீட்டில்ஸ் இசைக் குழுவும் மட்டுமே உண்டு. அந்த *பிபிசி* இப்போது சொன்ன செய்தி என்னவென்றால், மேலும் ஐந்துபேர் அந்தக் கலனுக்குள் இருக்கிறார்கள். அவர்களும் சாவின் விளிம்பில் ஊசலாடுகிறார்கள் என்றாலும், இன்னும் உயிர் இருக்கிறது. பெயர்கள் இல்லை. ஆனால், துருக்கியன், அல்பேனியன், அல்ஜீரியன் என அடையாளப்படுத்திருந்தார்கள். ஐரிஷ் நாட்டுச் சட்ட அமைச்சர், அவர்களை விரல் சொடுக்கும் நேரத்தில் அகதிகளாக அறிவித்துவிடுவதாக வாக்குறுதி அளித்தார்.

முஸூவின் வயிற்றில் ஏதோ உருளத் தொடங்கியது. சாப்பிடத் தகுந்த ஏதாவது யாருடைய அறையிலாவது இருக்கிறதா என்று கேட்டுக்கொண்டிருந்தான். ரொட்டித் துண்டின் ஓரம், உண்டு முடித்து வீசிய ஆப்பிளின் பிசிறான நடுப் பாகம், இப்படியாக. அதற்காக அவனது ஐம்பது புள்ளிகளை விலையாகத் தருவதற்கும் தயாராக இருந்தபோதிலும் அவனது நகத்தைத் தவிர மென்று தின்ன எதுவும் கிடைக்கவில்லை. அதுவும் நகங்கள் பாக்கியிருந்தால் மட்டுமே சாத்தியம். சில கால் நகங்கள் வேண்டுமானால் கிடைக்கலாம். முஸூ இரவு உணவைத் தொடக்கூட இல்லை. அது அவன் தவறுதான். தக்காளி! அவை தக்காளி போன்ற சுவையில் இல்லை என்பது வேறு விஷயம். தக்காளியும் அதனுடன் ரொட்டித் துண்டுகளும்,

குழாய்த் தண்ணீரும். முஸுவால் தக்காளியைக் கண்ணால்கூடப் பார்க்க முடியாது. அதை நினைத்தாலே அவனுக்கு அடிவயிற்றிலிருந்து குமட்டிக்கொண்டு வந்துவிடும். ஏனென்றால், சுமார் இரண்டாயிரம் மைல்கள் தொலைவு, தக்காளி மூட்டைகள் நிறைந்த சரக்குந்தின் பின் அமர்ந்து பயணம் செய்திருக்கிறான். காய்கறிச் சந்தையில் தக்காளி மூட்டைகளை அவிழ்க்கும்போது, இவனைப் பார்த்து, இது என்ன புதுவிதத் தக்காளியாக இருக்கிறதென்று அவர்கள் துள்ளிக் குதித்திருக்கக் கூடும். முஸு ஏன் ஜெனரல் டமாட்ஸ்கி என்ற பட்டப்பெயர் பெற்றான் என உங்களுக்கெல்லாம் இப்போது தெரிந்திருக்கும்

காலை பத்து மணிக்குச் செய்தித்தாள்கள் வரவேற்பு மேசைக்கு வந்ததும் செர்ரிபி பற்றிய ஏதாவது செய்தி இருக்கிறதா என்று அறிந்துகொள்ள முண்டியடித்துப் படிக்க வேண்டும். டச்சு மொழி பேசத் தெரிந்தவர்கள் *De Gazet Van Antwerpen* செய்தித்தாளைக் கைப்பற்றுவதும், ஆப்பிரிக்கர்கள் *Le Soir* செய்தித்தாளுக்கு உரிமை கொண்டாடுவதும் வழக்கம். அதிலிருக்கும் உலகச் செய்திகள் இவ்வாறாக இருந்தன. "ஆண்ட்வெர்ப் அரசுத் தொழிலாளர்களின் மதிய உணவு நேரம் நீண்டதாக இருக்கிறது; ஆங்கிலேயர்கள் கிறிஸ்துமஸ் அன்று அளவுக்கதிகமாகக் குடித்துப் போதையேறிப் போவதால் மறுநாள் ஒருவராலும் பணிக்குத் திரும்ப இயலாத நிலை ஏற்படுகிறது; அது மாகாணத்திற்கு 229 பவுண்ட் மில்லியன் இழப்பை அளிக்கிறது; கால்பந்து குழுக்களின் பங்குகளை வாங்க உகந்த நேரமில்லை; வெனிசுலா பிரதமர் தனது முக்கிய அறிக்கையை வெளியிடத் தொலைக்காட்சி நாடகங்களின் நடுவே அடிக்கடி தோன்றி மக்களை எரிச்சலடைய வைக்கிறார்; சீனர்கள் புலிகளின் சக்தியை அதிகரிக்க வயாக்ரா மாத்திரைகள் உபயோகிக்கிறார்கள்; யாரோ மவுத் ஆர்கனில் இனிய கீதத்தை வாசித்ததற்காக முனைவர் பட்டம் பெற்றார். ஸேப்ருகே துறைமுகத்திலிருந்து கொள்கலனுக்குள் ஒளிந்துசென்று இப்போது தடயங்களே இல்லாமல் மறைந்துபோன ஆஃப்காணியனைப் பற்றிய செய்தியே இல்லை.

அப்போது சட்டென பாஹ்க் மெல்லிசை காதில் விழுந்தது, அது ஜெனரல் டமாட்ஸ்கியின் அலைபேசி கீதம்போல ஒலித்தது. எங்கள் அனைவரிடமும் அலைபேசி இருந்தது, அது இல்லாவிட்டால் மனிதக் கடத்தல் கும்பலுடன் நாங்கள் எப்படித் தொடர்புகொள்ளுவது? உள்துறை அமைச்சர் எங்களை வெளியேற்ற ஆணையிடும்போது, எங்களுக்குரிய கொள்கலனை ஏற்பாடு செய்ய வேண்டியிருக்கும் பொருட்டு அது அத்தியாவசியத் தேவை.

அழைத்தது செர்ரிபிதான். அவன் உயிரோடு இருக்கிறான். அவனது பழைய கூட்டாளிகளுக்குத் தனது இருப்பை ஊர்ஜிதப்படுத்த அழைத்திருக்கிறான். பிரச்சனை எதுவும் இல்லை. செர்ரிபி, அவனது கிறுக்குத்தனத்துக்கு சற்றும் மாறாமல் தவறான கொள்கலனுக்குள் நுழையும் பிழையைச் செய்திருக்கிறான். அவனை நாடு கடத்தும் கும்பல் பேசுவது சரியாகப் புரியாமலிருந்தாலும், புரிந்த மாதிரியே நடித்திருப்பான். எப்படியோ, அந்தக் கலனிலிருந்து வெளிவந்தவுடன் (அதில் தக்காளி இல்லை; வெண்ணெய், போதைப் பொருட்கள் இருந்தன) இங்கிலாந்து அந்தப் பருவத்துக்கேற்றவாறு இல்லாமல் ஏனோ சற்று வெப்பமாக இருப்பதாக உணர்ந்திருக்கிறான். அவன் அப்போது இருந்தது ஸ்பெயின்.

'ஹேய், அழுக்கு மூட்டைகளா, அங்கு எப்படி இருக்கிறது? அதிகக் குளிர் இல்லையா? ஆடை அரங்கத்தில் தொப்பிகள் விற்றுக்கொண்டிருந்தால் வாங்கிய பின் இங்கே வாருங்கள். இங்கு பதினெட்டு டிகிரி குளிரும் அருமையான காற்றும் வீசுகிறது.'

மக்ஸூத் அவனுடைய கலீபாக்களின் கருணையை நன்கு அறிவான். இன்று முறையாகத் தொழுகை செய்து தனது ரட்சகருக்கு நன்றி தெரிவிப்பான். இப்போது நமது ஆஃப்கானியன் செய்ய வேண்டியதெல்லாம், அங்குள்ள சமூக சேவகக் காப்பாளர்கள் கண்ணில் பட்டு அவர்களால், தாயகத்துக்கு வெளியே ஒரு தாயகமாகிய பெல்ஜியம் நகரின் புகலிடத்துக்கு மீண்டும் அனுப்பிவைக்கப்பட வேண்டியதுதான். செர்ரிபி திரும்பி வரப் போவதில்லையென முடிவு செய்து அவனுடைய பல் துலக்கும் பிரஷை தனதாக்கிக் கொண்டவன்தான் பாவம்!

குடியுரிமை வழங்கும் செயல்முறை எண் 174BLZ18: ரோஜர் வேன் வெல்தே[1] மதுக்கூடத்தில் நகைச்சுவைக் கதை ஒன்றைக் கூறுகிறார்.

கறுப்பர்களின் ஆண்குறி உண்மையிலேயே நீளமானதா என்று அறிந்துகொள்ள இதுபோன்ற அரிய வாய்ப்பு லோடேக்கு இதுவரையில் அமையவில்லை, அதனால் கிடைத்த வாய்ப்பை முழுமையாகப் பயன்படுத்திக்கொள்ள உறுதி பூண்டான்.

நகராட்சி விளையாட்டுத் திடலின் குளியலறைக் குழாய் நீரில் தலைமுடியில் அப்பியிருந்த மண்ணைக் கழுவியபடி நின்றுகொண்டிருந்தான். வாரமிருமுறை கால்பந்துப் பயிற்சிக்குச் செல்வான் லோடே. அந்த விளையாட்டை விரும்பி விளையாடுபவன். கோல் அடிப்பது கூட்டுக் கலவி போன்ற செயல் என்ற அளவில் அந்த விளையாட்டை மிகவும் போற்றுவான். அது ஒரு சிறிய உள்ளூர் குழு. மிகப் பெரியதெல்லாம் இல்லை. அண்மையில், அவர்கள் குழுவில் ஒரு கறுப்பன் இணைந்திருந்தான். பயிற்சி ஆட்டத்திலேயே அவனுடைய செயல் வார இறுதிக்கான சிறப்பு விளையாட்டை உறுதி செய்வதாக இருந்தது.

---

1. ரோஜர் வேன் வெல்தே: பெல்ஜியப் பத்திரிகையாளர், எழுத்தாளர்.

வேகமும் மூர்க்கமும் பந்தைக் கட்டுப்படுத்தும் திறமையும் கொண்டிருந்தான். கொஞ்சம் தம்பட்டம் அடிப்பவன்போலத் தெரிந்தான், ஒருவேளை வாய்ப்புகளை உருவாக்க அப்படிச் செய்தானோ என்னவோ. ஆனால் ஆட்டத்தைக் கணிக்கும் அபாரத் திறனும் கொண்டிருந்தான். அந்தக் கறுப்பு விளையாட்டு வீரனின் வருகை பற்றி எந்தக் கேவலமான சொல்லும் பேசப்படவில்லை. அணியில் ஏற்கெனவே இருப்பவர்களின் குடும்பக் கவலைகளும், வயதினால் ஏற்பட்ட சீர்கேடுகளும் அந்த அணியைச் சுருக்கியிருந்ததால், அதில் பதினொரு பேர் இருப்பதே பெரும் பாக்கியமாக நினைத்துக்கொண்டார்கள்.

அதைப்பற்றி அவ்வப்போது நினைத்துக்கொண்டாலும், உண்மையிலேயே கறுப்பின ஆண்களின் குறி மற்றவர்களுடையதைவிட நீளமாக இருக்கிறதா என்பதை அறிந்து கொள்வதற்கு அவன் பேரார்வமெல்லாம் கொண்டிருக்கவில்லை. அதைவிட, இந்த உலகத்தில் கவலைப்பட எத்தனையோ விஷயங்கள் இருக்கின்றன. அதென்ன அது அவ்வளவு நீளம்? விறைத்திருக்கையில் அத்தனை ஆண்குறிகளும் ஏறத்தாழ ஒரே அளவாகத்தான் இருக்குமென்பதும், அதன் தேச, இன, நிற அளவு வேறுபாடுகளெல்லாம் அந்தச் சாமான் தளர்வாய்ப் படுத்திருக்கையில்தான் தெரியும் என்றும் எங்கோ படித்திருக்கிறான். ஆனால் இப்போது, அவனுடைய சக கறுப்பு அணித் தோழன் குளிப்பதற்காகக் குழாயின் கொட்டும் நீர்ச் சிதறலுக்குக் கீழே நிற்கையில், கறுப்பர்களுக்கு ஆண்குறி அதிக நீளம் என்று பேசப்படும் வதந்தியைப்பற்றி அனுபவபூர்வமாகக் கண்டறிந்து அதற்கு ஒரு முற்றுப்புள்ளி வைக்க வேண்டுமென எழுந்த ஆவலைக் கட்டுப்படுத்த இயலவில்லை.

ஆமாம், வெற்றுக் கண்களுக்கே அந்த வித்தியாசம் நன்கு புலப்பட்டது. கறுப்பர்களின் குறி மற்றவர்களுடையதைவிட நீளம்தான் என்பதை உறுதிப்படுத்திக்கொண்டான்.

அவனை அறியாமலே அவன் வாயில் வந்து விட்டது. கறுப்பர்களுக்கு மட்டும் ஏன் இவ்வளவு நீளமாக இருக்க வேண்டும்?.

அந்தக் கறுப்பன், அவன் பெயர் 'ஸோ' – அவர்களுக்கும் பெயர் உண்டல்லவா? எப்போதேனும் அவர்கள் தாய் உணவுண்ண அழைக்கும்போது சொல்லி அழைக்க. லோடேவின் இந்த உணர்ச்சிகரமான எதிர்வினையைக் கண்ட ஸோ அதைத் தனக்குச் சாதகமாக எடுத்துக்கொண்டு வெள்ளையர்களுக்கும் நீண்ட குறி கிடைப்பது சாத்தியமே என்று போகிறபோக்கில் சொன்னான்.

நீண்ட ஆணுறுப்புக் கொண்ட வெள்ளை ஆண். அது எப்படி?

ஸோ என்னும் அந்தக் கறுப்பு இளைஞன், ஒன்றரை அடி ஆண்மையைப் பெறுவதற்கான விளக்கக் குறிப்பை அவனுக்குச் சொல்ல, அன்றிரவே லோடே தனது உறுப்பின் நுனியில் இரண்டு பவுண்டு எடையுள்ள சிறிய செங்கல்லைக் கட்டித் தொங்கவிட்டான். இயற்பியலின் ஈர்ப்பு விசைக்கேற்ப, ஏதேனும் ஓர் உடல் உறுப்பில் கனமாகக் கட்டித் தொங்கவிடப் படும் எடையால் காலப்போக்கில் அது நீளமாக வளரக்கூடும். பள்ளிப் பையைத் தூக்கிச் செல்லும் சிறுவர்களுக்கு, அதைத் தூக்கும் கை நீளமாக இருக்குமே, அதைப் போலத்தான்.

மீன்பிடித் தூண்டிலில் கட்டித் தொங்கவிடும் பாரம்போல அந்தச் செங்கல் தொங்கிக்கொண்டிருந்தாலும், வேண்டிய பலன் கிடைக்கும்வரை உறங்கும்போதும், கழுவும்போதும் அதை அதனிடத்திலேயே வைத்துக் கொண்டிருப்பதில் உறுதி பூண்டான்.

ஒரு வாரம் கழிந்ததும், அவனுடைய கால்சராய்க்கு உள்ளே ஏதேனும் முன்னேற்றம் நிகழ்கிறதா என்று ஸோ கேட்டபோது, அசட்டுத்தனமாக இளித்தபடி, “அது நீளமாக வளரவில்லை, ஆனால் இப்போது கறுப்பாகி விட்டது” என்று பதில் கூறினான் லோடே.

ராக்கி

நான் யாருடன் அறையைப் பகிர்ந்திருக் கிறேன் எனக் கேட்டறிந்த பின், புகலிடத்தில் வசிப்பவர்கள், அங்கு பணி புரிபவர்களும் என அனைவருமே ஒருவித சங்கடமான புன்னகையை வெளிப்படுத்துவார்கள். அங்குள்ளவர்கள் யாருமே என்னுடன் தங்கள் அறைத்தோழனை மாற்றிக்கொள்ள விரும்பமாட்டார்கள் என நினைக்கிறேன். அதனால் எனக்கு இரண்டு பாக்கெட்டுகளோ அல்லது அதற்கு மேலோ சிகரெட்டுகள் மீதம்தான்.

என் அறைத் தோழன் இகார், உக்ரேன் நாட்டைச் சேர்ந்த முன்னாள் குத்துச்சண்டை வீரன். அவனை மற்றவர்கள் ஸ்ட்ராவின்ஸ்கி என்று அழைப்பது அவனுடைய முதல் பெயராக இருப்பதேயன்றி, மற்றபடி வேறெந்த வகையிலும் இசைக்கும் அவனுக்கும் தொடர்பே இல்லை. இருப்பினும் தன்னியல்பாக மெட்டமைக்கும் அந்தப் பெயர் கொண்ட இசையமைப்பாளருக்கும் அவனுக்கும் ஒரு சன்னமான தொடர்பு உண்டு. அதுதான் பிரஞ்சுக் குடிமகனாக ஆக வேண்டு மென்பது. பிரெஞ்சுத் தேசத்தில் வாழப்போகும் மேம்பட்ட வாழ்க்கைக்கான நம்பிக்கையையும் அந்தத் தேசத்தின் இராணுவப் படையில் மூவர்ணக் கொடி பறக்கும் பீரங்கியைக் கையாளுபவனாக வரலாற்றில் இடம்பெறப் போகும் உணர்வுபூர்வமான ஏக்கமும் அவனுக்கிருந்தன. முன்னாள் செவ்வண்ணத் தொல்லை நாட்டின் சிப்பாய்களுக்கு இப்போதெல்லாம் நல்ல

சாப்பாட்டுக்கும் நல்ல சாப்பாட்டுக்கும் முத்தத்துக்கும் இலக்கியத்துக்கும் பெயர்போன இந்த நாட்டில் நல்ல வரவேற்பு கிடைத்துக்கொண்டிருக்கிறது. ஆனால் இப்போது ரஷ்யர்கள் அந்தப் படைப் பிரிவில் அதிகம் தஞ்சமடைந்துவிட்டதால், தற்காலிகமாக ஆட்சேர்ப்பு நிறுத்திவைக்கப்பட்டுள்ளது. இகாருக்கு அங்கே இப்போது இடமில்லையென்பதால் அவனைக் காத்திருப்போர் பட்டியலுக்குத் தள்ளிவிட்டு விட்டார்கள். சரியானபடி காலமும், நகர, அவனுடைய புகலிட விண்ணப்பமும் ஏறத்தாழப் பரிசீலிக்கப்பட்டுவிட்டது.

இகார் பயணப்பட்டுவிடுவான் என்பது நிச்சயமான ஒன்று, ஆனால் எந்த இலக்கை நோக்கிச்செல்வான் என்பதுதான் ரகசியமாக உள்ளது. தேர்ந்த கசாப்புக்காரனாகும் பயிற்சிக்காக கயானா அடர்காடுகளுக்குச் செல்லக்கூடும், அல்லது உக்ரேன் நாட்டிற்கே திரும்பவும் விமானத்தில் பயணிக்கலாம். இரவின் கடைசிச் சரக்குக் கப்பலில் இங்கிலாந்து செல்வதும் மற்றொரு சாத்தியம்.

இகார் எதுவும் சொல்லவில்லை. சொல்லப்போனால் எதுவுமே சொல்லமாட்டான். ஒரு வார்த்தைகூட . . . விவரமறியாப் பழமைவாதிகள்கூட அதை உணர முடியும். அதுதான் என்னை அச்சுறுத்திக்கொண்டிருக்கிறது. இப்போதோ, அப்போதோ பற்றிக்கொண்ட திரியாய் வெடிக்கப் போகிறான். அவனுடைய துயரங்களைப் பற்றியெல்லாம் எனக்குக் கொஞ்சம்கூடக் கவலையில்லை, ஏனென்றால், கவலைப் படுவதற்கு என்னுடைய துர்பாக்கியங்களே போதுமான அளவு என்னிடம் உள்ளன. அவனுடைய கோபம் அனைத்தையும் என் முகத்தின்மீது கொட்ட முடிவெடுக்கும் முன் அவன் மனம் திறந்து தன்னைப்பற்றிப் பேசுவான் என நினைக்கிறேன். என்னுடைய வாயில் இரண்டு போடு போட்டால் போதும், என் கதை முடிந்தது. அதில் சந்தேகமே இல்லை. அய்யோ, அவனுடைய உடம்பைப் பார்க்க வேண்டுமே, மிகப் பயங்கரமாக இருக்கும். பெருத்துக் காட்டும் ஒட்டுறுப்புகள் ஏதும் அவன் உடம்பில் இல்லை. அவனுடைய விலா எலும்புக் கூடு மட்டுமே முழுப் புகலிடத்துக்கும் நான்கு நாள் உணவாகப் படைக்கப் போதுமானது. அந்த மாதிரி உணவு கிடைப்பது திருவிழா போலத்தான். அவன் முகம் குத்துச்சண்டை வீரர்களுக்கே உரிய முக வடிவில் இருக்கும். விளையாட்டுப் பத்திரிகைகளின் முகப்பில் பளபளப்பான வண்ணத்தாள்களில் நெற்றியில் வியர்வை சொட்டும் படத்தில் இருக்கும் அதே முகம். குருத்தெலும்பு சற்றும் இல்லாத மூக்கு, ஒட்டவெட்டிய சிகை,

தட்டையான நெற்றிப் பிரதேசம், கண்களின் மேலுள்ள சதை இருபது தடவைக்கும் மேல் தையல் போடப்பட்டதால் பல துணிகளை வெட்டி ஒட்டி தைக்கப்பட்ட குளிர்க் கம்பளிப் போர்வைபோல இருக்கும் புருவ மேடுகள் (அவன் புகைப்படக் கலைஞர்களின் கனவு மாடலாக இருந்திருப்பான், மனிதக் கடத்தல்காரர்கள் என்னை நம்பாமல் புகைப்படக் கருவியை உடைத்துவிட்டார்கள். இல்லாவிட்டால், இவனை வைத்துச் சிறந்த படம் எடுப்பதைப்பற்றி நிச்சயமாக யோசித்திருப்பேன். இகார் என்னுடன் கைகுலுக்கும் பட்சத்தில் இந்தப் புகலிடத்தில் ஒரு மருத்துவர் இருக்க வேண்டும் என வேண்டியிருப்பேன். அவன் ஆழ்ந்த நித்திரைக்குச் சென்று கனவுலகில் மிதக்கும்வரை நான் உறங்கச்செல்வதற்குத் துணிய மாட்டேன். கத்தியை அருகில் வைத்துக்கொள்வது பதற்றத்தைச் சற்றே குறைக்க உதவி புரியக்கூடும். அது விரைவான, வலி மிகுந்த சாவிலிருந்து என்னை எந்தவிதத்திலும் காப்பாற்றப்போவதில்லை. ஆனாலும் ஒரு முள்கரண்டியைத் தலையணைக்கடியில் வைத்துக்கொண்டு உறங்குகின்றேன். அந்த முள்கரண்டி அவனது மார்பில் பட்டு வளைந்துவிடும் என்று நன்றாகத் தெரியும். சொல்லப்போனால் துப்பாக்கி ரவைகள்கூட அவன் பிரம்மாண்டமான மார்பில் பட்டுத் தெறித்துவிடும்.

அவனுக்கே தனக்கு வாய் பேசவரும் என்பதைக் கண்டுபிடிப்பது கஷ்டம் என்பதால் அந்த பிளாக்கில் யாருக்குமே அவன் ஏன் புகலிடத்துக்கு விண்ணப்பித்தான் என்பது பற்றிய எந்த விவரமும் தெரியவில்லை. உக்ரேன் காவல்நிலையத்தில் அவனைப்பற்றிய மிகப்பெரும் ஆவணங்கள் இருப்பதாக ஒருவன் சொல்கிறான். ராணுவத்திலிருந்து தப்பியோடி வந்ததாக மற்றொருவன் சொல்கிறான். மூன்றாமவனோ ரஷ்ய மாஃபியாக் கூட்டத்திலிருந்து ஓடி வந்தவனென்று சொல்கிறான். எல்லாவற்றையும்விட முக்கியமாக, இங்கு நாங்கள் ஏன் தஞ்சம் புகுந்திருக்கிறோம் என்பதற்கான காரணம் எங்களுக்கெல்லாம் தெரியும். தேவைப்படும்போது சொல்ல எங்களிடம் ஒரு நல்ல கதை உள்ளது. ஆனாலும், எந்த அரக்கர்களின் வாயிலிருந்து தப்பிப்பிழைக்க நினைக்கிறோமோ அவர்களிடமே எங்களைத் திருப்பி அனுப்புவது இவர்களுக்கு எவ்வளவு எளிதாக இருக்கிறது என்பதை நாங்கள் ஒருபோதும் அறிந்துகொள்ளவே முடியாது. இந்தப் பழம்பெரும் கண்டம் நிரம்பிவிட்டதாகவும் இங்கே எங்களுக்கு இடமில்லை யென்றும் சொல்கிறார்கள். என்னவோ இவர்கள் மட்டும் மற்ற நாட்டினரின் வீட்டு முன்னறைக்கே சென்று தங்கள் காலனியாதிக்கத்தை நிறுவும் முன் அவர்களின் சௌகரியத்தைக்

கேட்டுச் செய்ததைப்போல. எப்படியோ, இது என் தனிப்பட்ட கருத்து, அது யாருக்கும் தேவையில்லை.

இகார் என்னுடன் பேசும்போதெல்லாம் – அதாவது வாரத்திற்கொருமுறை, அதிகபட்சம் பத்து நிமிடம் – பிரெஞ்சு மொழியில்தான் பேசுவான். அதைத்தவிர வேறு வழியில்லை. ஏனென்றால் அவனது பிரெஞ்சு நான் பேசுவதைவிட மோசமாக இருந்தது. ஒரு சிறிய, அடர்பச்சை வண்ண அட்டையுடைய 'ரஷ்யன் – பிரெஞ்சு, பிரெஞ்சு – ரஷ்யன்' அகராதி மொழியால் ஏற்படும் இடைவெளியைக் குறைக்க உதவுகிறது.

ரோபோ மனிதனைப் போல் இருக்கும் இகாரை இயக்குவதில் வெற்றி கண்டவள் அன்னா மட்டுமே. அவள ஒரு ரஷ்யப் பெண். அடிடாஸ் உடற்பயிற்சி ஆடைக்குள் தன் கவர்ச்சியான உடலைத் திணித்து வைத்திருக்கும் அருமையான கிராக்கி. முகாமில் அவள் வந்த சில மணி நேரங்களிலேயே, ஆங்கிலம் பேச வருமா என்று அவளிடம் கேட்டேன். "ஆமாம், *A liddel bitch*" கொஞ்சம்தான் பேச வரும் என்பதை இப்படிக் கொச்சையாகச் சொன்னாள். அவள் சொன்ன வார்த்தைகளும் தவறில்லைதான் என நினைத்துக்கொண்டேன். அவளுக்கு மூன்று 'நிராகரிப்புகள்' கிடைத்து விட்டால், அந்த இடத்தி லிருந்து தடயங்கள் ஏதுமின்றி நீங்கிவிடுவாள். அதற்கான அத்தனை சாத்தியங்களும் தெரிகின்றன. உயர்க் குதிகால் செருப்பு, தோலாலான மேலங்கி அவளுடைய பிரதானமான சதைப் பிண்டத்தை மறைத்திருக்க அவளைப் பார்த்து வாயொழுகுபவர்களின் சபலங்களைப் பணமாக மாற்றும் நல்ல வாய்ப்புக்குக் கிளம்பிவிடுவாள். பின் எப்படித்தான் அவளுடைய தேவைகளைச் சமாளிப்பாள்? அதுவும் அவளுக்குச் சரியான துருப்புச் சீட்டாக உடலைப் பெற்றிருக்கையில் அவளைத் தடுத்து நிறுத்துவது எது? பயிற்சிக்காகவோ அல்லது பொழுதுபோக்குவதற்காகவோ பிளாக் 4 பக்கம் திடீரென வந்து பத்து சிகரெட்டுக்காக அனைவரின் குறியையும் சப்புவாள். அந்த அருவருப்பான சுவையை வாயிலிருந்து துப்பிய உடனே முதல் சிகரெட்டைப் புகைப்பாள்.

பிரெஞ்சு புத்தகங்களில் முகத்தைப் புதைத்தபடிதான் இகார் தன் நாளைத் தொடங்குவான். அவன் போன்றோர் கற்றுக்கொள்ளக் கடினமான நாகரிக மொழியாக அது இருந்தபோதும், அவன் வாழ்க்கையே அதை நம்பியிருப்பதால், இடைவேளைகூட எடுக்காமல் மிகுந்த அர்ப்பணிப்புடன் மூன்று மணி நேரம் படிப்பான், சொற்களையெல்லாம் பயிற்சி செய்தபின் சற்றுநேரம் இளைப்பாறுவதற்காகச் சீட்டு

விளையாடுவான். பொறுமை! அப்போது நேரம் பன்னிரண்டு மணியைக் கடந்திருக்கும். பின் தனது காலை உணவான ரொட்டித்துண்டுகளை அவன் மென்று தின்னும்போது மற்றொரு அரை மணி நேரம் நழுவும். எவ்வளவு நேரம் வாயில் உணவைத் தேக்கிவைக்க முடியுமோ அவ்வளவு நேரம் வைத்திருக்கும் விளையாட்டை நாங்களும் விளையாடிப் பார்ப்போம். பரவாயில்லை, இங்கு செய்வதற்கு ஏதோ இருக்கிறது என்னும் உணர்வை அது எங்களுக்குத் தரும்.

மதிய உணவுக்குப் பின், ரஷ்யாவின் ஞாயிறு செய்தித் தாளான *MZ* எடுத்து வாசிப்பான். *MZ* ஒரு அருமையான செய்தித்தாள். அதற்கு ஈடாக எனது தாய்மொழியில் எதுவுமில்லை யென்று எனக்குப் பொறாமையாக இருக்கும். அதில் நிறையப் புகைப்படங்கள் இருக்கும். (எல்லாமே ஆபாசமானவை, ஆனால் சுவாரசியமானவை.) புரையோடிய துயரங்களைக் கூட மறக்கச் செய்யும் சக்தி வாய்ந்த மதுபான விளம்பரங்களும் மிகக் கடினமான புதிர்களும் இருக்கும். புதிர்கள் எந்த அளவிற்குக் கடினமென்றால் அதற்கு விடை கண்டுபிடித்து முடிக்கையில் வரவேற்பறையில் அடுத்த செய்தித்தாளே வந்திருக்கக் கூடும். சதுரங்கத்தைப் பற்றிய ஒரு பத்தி, கட்டங்கள் வரைந்த தர்க்க ஆய்வு விளையாட்டு, படங்கள், இருபக்கமும் ஒரே எழுத்தால் முடியும் சொற்கள், குறியீட்டுச் சொற்கள், பல வகையான மொழித் திருகல்களுடன் கூடிய குறுக்கெழுத்துப் போட்டி எனப் பல்சுவையாக இருக்கும். நகைச்சுவைப் பகுதியை இகார் விட்டுவிடுவான். இறுதி இரண்டு பக்கங்கள் நிர்வாண மங்கைகளின் சதைத் திரட்சிக்கென அர்ப்பணிப் பட்டவை. கவர்ச்சிக் கன்னிகள், தொடைகளின் நடுவே ஆயிரம் பேருக்கு இடமளிக்கக்கூடிய பச்சை குத்திக்கொண்ட மேனா மினுக்கிகளின் படங்கள் இருக்கும். வேண்டுமென்ற அளவிற்குச் சொற்களைத் தலையில் நிரப்பிக்கொண்ட பின் படுக்கையில் படுத்துக்கொண்டு கூரையில் எதையோ கவனமாக ஆராய்ந்துகொண்டிருப்பான். ஆறுமணி வரை அப்படியே இருப்பான்.

மாலை குத்துச்சண்டைக்குச் சென்றுவிடுவான். அண்மையி லுள்ள குறு நகரத்தின் ஒரு மன்றம் அவனுக்கு இலவசப் பயிற்சிக்கான சலுகை வழங்கியுள்ளது. அங்கு அவனுக்கெதிராக வளையத்தில் என்னை நிறுத்தினார்களென்று வைத்துக் கொண்டால் அந்தப் பயிற்சி முகாமின் இளம் குத்துச் சண்டைக்காரனாகத் தொடர நான் விரும்ப மாட்டேன். நாள் முழுக்கத் தனது ஆங்காரத்தைத் தேக்கிவைத்துக் குமுறிக் கொண்டிருப்பவன் அதை வெளிப்படுத்துகையில் கொடூர

வலி கொடுக்கும். பெல்ஜியத்தின் வீரர்கள் அவனது தகுதிக்கு ஏற்றவர்கள் அல்லர் என்று அவன் நினைப்பதில் ஆச்சரியமே இல்லை. இதுவரை கிழவிகள் போன்ற வலுவற்ற ஆண்களுடன் மட்டும்தான் மோதவிட்டிருக்கிறார்கள். குடியுரிமை பெறுவதற்கான ஏதேனும் வாய்ப்புக் கிடைக்கலாம் என்பதை மனதில் கொண்டுதான் அவன் இந்தக் குத்துச்சண்டை வளையத்துக்கு வருகிறான். நட்சத்திர விளையாட்டு வீரர்களுக்குக் குடியுரிமை எளிதாகக் கிடைத்துவிடுகிறது. ஒரு அகதி, பெல்ஜியத்தில் வெல்ல வேண்டுமென்றால் அரசியல்வாதியாக இருப்பதைவிட விளையாட்டு வீரனாக இருப்பது உகந்தது.

இகார் அறைக்குள் வந்தவுடன் நாற்றம் தெரியும். அவனது வியர்வை யாரும் காணாத வித்தியாசமான வகையைச் சேர்ந்தது. அச்சுறுத்தும் துர்நாற்றம்.

அவனுடைய இரவு உணவு ஆறிப்போயிருந்தது. ஆனால் எந்தவிதமான உணர்ச்சிகளையும் வெளிப்படுத்தாமல் வாயிலிட்டு அசை போட்டான். அது கோழிக் கறியாக இருக்கும் என நினைக்கிறேன். கோழிக்கறி, ரொட்டித் துண்டுகள், குழாய்நீர்.

அதன் பின் உயரத்தில் உள்ள கட்டிலின் அடுக்கில் ஏறுகையில் கையில் MZ இதழின் இரண்டு பக்கங்களை எடுத்துக்கொள்வான். அதை நான் பொருட்படுத்துவதில்லை. எனது தலைக்கு மேலே கட்டிலின் மரச் சட்டங்கள் சடசடவென நெரிபடும் ஒலியைக் கேட்பது எனக்குப் பிடிக்கும். இகார் ஏதோ ஒருவகையில் இளைப்பாறிக் கொள்கிறான் என்பது எனக்கு மகிழ்வைக் கொடுக்கும். ஒவ்வொரு இரவிலும், செய்தித் தாள்களின் சரசரப்பு அடங்கும்வரையிலும், அவனது மூச்சு ஒரே சீராக இயங்கும் வரையிலும், அவன் ஆழ்ந்த உறக்கத்திற்குச் செல்லும்வரையிலும் காத்திருப்பேன். அதன் பின்னரே துணிவு பெற்று எனது கண்களை மூடிக்கொண்டு, கனவுகளில் புகைப்படக் கருவியுடன் நடமாடுவேன். வண்ணப் படச்சுருள்களுடன் ...

மானுடத் துயரத்தை எத்தனை மகிழ்ச்சியாலும் நீக்க முடியாது

சிலாகித்துப் பேசப்படும் ஒவ்வொரு காதல் கதையும் தற்கொலை முடிவையே கொண்டுள்ளது. லிடியா பிரமிப்பான தனது ஐந்தடி நான்கு அங்குல உடலை எனது போர்வைக்குள் நுழைத்துக் கொள்ளும்போதெல்லாம் இந்தக் காதல் கதைகளின் நினைவு மனதிலெழுவதைத் தவிர்க்க முடிவதில்லை. அவள் சாவகாசமாக இங்கே வந்து என்னை அணைத்துக்கொண்டு படுக்கையில் சுருண்டு கொள்வதென்பதன் அர்த்தம் நான் படுக்கை அறைக் கதவைத் தாளிட மறந்திருக்கிறேன் என்பதும் அந்தப் பைத்தியகாரத்தனத்தை இகார் ஒருபோதும் மன்னிக்க மாட்டெனென்பதும்தான். அவள் இங்கு என் பக்கத்தில் படுத்திருக்கிறாள் என்பதை அவன் அறிந்தால் என்ன மாதிரியான எதிர்வினையாற்றுவான் என்பதை நான் நினைத்துப் பார்க்கக்கூட விரும்பவில்லை. அவளோ, அல்லது உடைந்த மருத்துவமனைக் கட்டிலின் ஸ்பிரிங்குகளோ அல்லது நான் எழுப்பப்போகும் சப்தங்களோ இகாரின் ஆழமான உறக்கத்தை ஊடுருவி அவனை எழுப்பப் போவதில்லை என யார் உத்தரவாதம் தரப்போகிறார்கள்?

அவளது உதட்டின்மீது விரலை வைத்து உஷ்ஷ்ஷ் என்று எச்சரிக்கை செய்தபோது அதை அப்படியே வாயில் கவ்விக்கொண்டாள். என்னுடைய உடலின் ஒரு உறுப்பை மற்றொருவரின் ஈரமான புழையினுள் நுழைத்து நீண்ட நாட்களாகிவிட்டன

என்று அறிந்தபோது நான் எவ்வளவு தனியாக இருக்கிறேன் என்பதை நினைத்துப் பார்த்தேன். அந்த உணர்வு மேலும் தனிமையை உணரவைத்தது. அழ முடியுமென்றுமென்றிருந்தால் அப்போது அழுதிருப்பேன். இப்போது அவள் என் உதட்டின்மீது தன் விரலை வைத்தாள். பின் நாங்கள் மௌனமாக இருக்கப்போகிறோம். மௌனமென்பது நாங்களாக இருக்கப்போகிறோம்!

லிடியாவை அமைச்சரகம் AMA என்று வகைப்படுத்தியிருந்தது. அவள் தனியாக இருப்பவள் (alone), பதினெட்டு வயது நிரம்பாதவள் (minor), புகலிடம் தேடுபவள் (asylam seeker). அவளுக்காக அதிக வார்த்தைகளை வீணாக்காமல் சுருக்கமாகச் சொல்ல ஒருவழி. உறவினர்களோ நண்பர்களோ இன்றி எங்கெங்கோ சுற்றிப் பின்னால் அவள் முதிராப் பெண் அகதிகளில் பதினைந்தாவது ஆளாக இங்கு வந்துநின்றாள். எங்கள் உறவினர்கள் அனைவரும் மிகத் தொலைவில் உள்ளனர். அந்தத் தொலைவு வாழ்நாளுக்கும் விதிக்கப்பட்டது. அவளுடைய, என்னுடைய, அங்குள்ள இளையவர்கள், மூத்தவர்கள் அனைவருக்குமானது. ஆனால் மந்தையில் சேராத குழந்தைகள் அவர்கள் வயதுக்கு முன்பாகவே முதிர்ந்துவிடுகிறார்கள்.

சில வேளைகளில் புதிய முகங்களைப் பார்ப்பேன். ஏதோ ஒரு சரக்குந்தின் பின் பக்கத்திலிருந்து உதறிவிடப்பட்ட முகங்கள், சாலையோரத்தில் தெரியும் இந்த நாட்டின் முதல் தரிசனத்தைக் காணும் முகங்கள், இங்கு வருகை புரியும் எண்ணற்ற தோல்வியடைந்த முகங்கள் என் மனதைக் குறைந்த அளவே பாதித்தன. மிகக்குறைந்த அளவே. பின்னர் அவை முற்றிலுமாக என்னைப் பாதிக்கவில்லை. ஆனால் லிடியாவின் வருகை எனக்கு நன்கு நினைவிலிருக்கிறது. அவள் வருவதைக் கண்டபோது அது எப்போதும் மறக்கமுடியாத ஒன்றாக இருக்கப்போகிறது என எனக்குத் தெரிந்தது. ஏதோ – அதை உடனடியாக உணர்ந்தேன். அன்று வாசலில், கேட்டுக்கு அருகில் நின்று புகைத்துக்கொண்டிருந்தேன். ஏதோ ஒன்றை நினைத்துக் கொண்டு, நினைக்க வேண்டுமே என்பதற்காக நோக்கமின்றி எதையோ நினைக்க முயற்சி செய்தபடி முள்வேலிக்கப்பால் இருந்த நிலத்தைப் பார்த்துக்கொண்டிருந்தேன். அந்த நிலம் எங்களை அது வரவேற்காதபோதும், இன்றோ நாளையோ விரைவிலோ அதனோடு இணைந்துகொள்ள அனுமதி கிட்டுவதே எங்கள் கனவாக இருந்தது ஆனால் எதுவுமே நடக்கவில்லை. நான் எதிர்பார்த்து நிறைவேறும் மகிழ்ச்சி எனக்குக் கிடைக்கவேயில்லை. மோசமான காலம் மெதுவாகவே நகர்கிறது. பதினைந்து மழைப் பருவங்களாக எனது சிகரெட்டை

நானே சுருட்டிக்கொண்டு அடுத்த வேளை உணவு கிடைத்தால் ஏதாவது செய்யலாம் எனக் காத்துக்கொண்டிருக்கிறேன். என்னுடைய ஒரு பல் ஆடிக்கொண்டிருந்தது. அதை என் நாவால் உருட்டி விளையாடித் திளைத்துக்கொண்டிருந்தேன். அப்போதுதான் போலீஸ் வண்டியிலிருந்து இறங்கிய சீருடை அணிந்த இரண்டு காவலர்கள் ஒரு பெண்ணை அலுவலகத்திற்கு இட்டுச்சென்றார்கள். அந்தக் கணம் சற்று உறைந்துபோனது.

அவளுடைய பையில் வயலின் இருக்குமென்று நான் ஏன் நினைத்தேன்? அவள் பையில் வயலின் இருக்கிறதென்று நினைக்காமல் போயிருந்தாலும், அவளிடம் அது இருந்திருக்குமா? ஆனால் முன்பெல்லாம் அந்த எதிர்பார்ப்பில் மதில் சுவரோரம் நின்று மணிக்கணக்கில் பார்த்துக்கொண்டிருந்தேன் என்பதை ஒப்புக்கொள்கிறேன். யாரோ ஒருவரையாவது அவர்களுடைய பையில் ஏதோ ஒரு இசைக் கருவியுடன், அது ஒரு மவுத் ஆர்கனோ, சிறிய உலோக விசிலோ, உடைந்த கிடாரின் அறுந்த தந்திகளோ ஏதோ ஒன்றுடன் உள்ளே உருட்டி விட்டு விடுவார்கள் என்று முட்டாள்த்தனமாக நம்பிக் காத்திருப்பேன். எனக்கு இசை தேவையாக இருந்தது. மிகமிகத் தேவையாக இருந்தது. இங்கே உள்ள ஒலிநாடாவில் ஓயாமல், எந்தவிதமான தாளமோ ராகமோ இல்லாமல் வெறும் குரலை இழுத்து அதை உருக்குலைப்பதுபோல ஒலிக்கும் அபசுரமான பாடல்களை அல்ல. நல்ல இசையை விரும்பினேன். ஆனால், ஒரு நீண்ட மலையை வெறுங்காலுடன் நடந்து கடந்தபின் மீண்டும் ஒரு மலைத் தொடரையே பார்த்து, அதன்பின் அதையும் கடந்து, பிறகு ஒரு சுரங்க வெளியை அடையும் ஒருவனும், தக்காளிக் கூடைகளுக்கு நடுவே தன்னையும் தனது பொருட்களையும் சேர்த்துக் குறுக்கிமடக்கி அமர்ந்து வருபவரும், கசாப்புக் கடைகளுக்கு எடுத்துச்செல்லும் பன்றிகளின் நடுவே ஒளிந்து வருபவரும், ஒவ்வொரு எல்லைப் பகுதியிலும் பன்றியின் மலத்தைத் தன்மீது அப்பிக் கொண்டு மறைந்திருப்பவரும், இவர்களைப் போன்றவர்களும் தங்கள் வயலினை வீட்டிலேயே விட்டுவிட்டு வந்திருப்பார்கள். விவிலியமும் குர்ஆனும் மட்டுமே சுமையில் ஏற்றிவரத் தகுதியான ஒரே ஆடம்பரப் பொருள் எனலாம். அவர்களின் விரக்தியான நாட்களில் அவைதானே இறுதி அடைக்கலம், அல்லது விட்டுவந்த உறவினர்களின் புகைப்படத்தைக் கொண்டு வரலாம். ஒவ்வொரு நினைவும் அங்கும் மிகை பாரம். எந்தத் துணையுமற்று வரும் சிறு பெண்கள் அங்கு முழு உருவமாக வந்து சேர்வதே பெரிது, அதில் காலணிகளையும் வயலினைப் பற்றியும் யார் கவலைப்படப் போகிறார்கள்? எல்லையிலுள்ள சுங்க அதிகாரிகளின் படைக்கு அவள் இழிவான வகையில்

லஞ்சத்தைச் செலுத்தியிருப்பாளா அல்லது பட்டன்கள் அவிழ்த்த கால்சராயின் முன் அவள் தன் வாயை மட்டும் பயன்படுத்தினாளா என்பதையெல்லாம் அறிந்துகொள்ள நான் விரும்பவில்லை. அதை நான் ஏற்கெனவே அறிவேன். அதுபோன்ற சிறிய நிழற்படக் காட்சி எனக்குப் பழக்கப்பட்டது.

லிடியாவுடன் ஒரு வார்த்தைகூடப் பேசவில்லை. புதிதாக வருபவர்களுக்கு வந்தனம் சொல்வது, புன்னகை புரிவது, என்னை அறிமுகம் செய்துகொள்வது என்பதையெல்லாம் விட்டுவிட்டேன். எங்கிருந்து வருகிறீர்கள் என்பதையும், எது உங்களைத் துரத்தியது என்று கேட்பதும், இந்த முடிவுக்கு வரும் முன் எத்தனை படுகொலைகள் நிகழ்ந்தன என்று கேட்பதையெல்லாம் கடந்துவிட்டேன். A தனது இரு கால்களையும் ராணுவத்தினர் உடைத்துவிட்டதாகச் சொல்வான், B யோ தனது நாட்டில் அதைவிட மோசமென்றும், தன் மூன்று கால்களையும் ராணுவ வீரர்கள் உடைத்துவிட்டதாகவும் சொல்வான். அவ்வளவுதான், உன் நம்பிக்கை சிதறிவிடும். மூன்று கால்கள் உடைந்தவனுக்கே புகலிடம் தர மறுத்து விட்டார்களென்றால் இரண்டு உடைந்த கால்களோடு இருப்பவனுக்குக் கிடைக்குமா என்ன? அதன் பின் யூகங்கள் தொடங்கும். எங்களால் செய்ய முடிந்ததெல்லாம் அந்த நீண்ட நடைக்கூடத்தில் புகைபிடித்தபடி ஐரோப்பிய அரசுகள் அறிவுடையவர்களை மட்டும் வடிகட்டி இடம் தருகிறார்கள் என்று யோசிப்பதுதான். உதாரணமாக, புத்திசாலிகளை உள்ளேயே வைத்துக்கொண்டு உடைந்த கால்களுடையவர் களை வாசலில் நிறுத்திவைக்கிறார்கள் ஆனால் அதிலும் ஆறுதல்கொள்ள ஏதுமில்லை, ஏனென்றால் என்னுடைய மூளையை வடிகட்ட எந்த ஒரு காரணமும் யாருக்கும் ஏற்படாது. அதில் குப்பையும் அழுக்குமே நிறைந்திருப்பதால் உலகத்தில் இருக்கும் எந்த அரசும் என் தலைக்குள் இருக்கும் குப்பையை எடுத்துக்கொள்ள விரும்பமாட்டார்கள். அப்புறம் எனக்கும் அந்தக் குப்பைகள் வேண்டாம். அதனால்தான், அங்கே ரேடியேட்டர் அருகே வெந்தபடி நின்றுகொண்டு புதிதாக வருபவர்களைப் பற்றியெல்லாம் நான் கவலைப்பட விரும்பவில்லை. அவர்கள் புகலிடம் வேண்டி நீண்டநேரம் கெஞ்சி அதற்குப் பலமில்லாத நிலையில், அவர்களின் உள்ளங்கைகளில் இரண்டு முறை காறித் துப்பிய பின்னும் மீண்டும் துயரத்தோடு மேலும் தங்கள் இரு கைகளையும் நீட்டிக் கொண்டு நிற்பதையும் நான் பார்ப்பதில்லை. ஒருவித ஒட்டாத, பற்றற்ற தன்மையோடு மற்றவர்களோடு வெளியே வெறித்துப் பார்ப்பேன். ஜன்னல்மீது படிந்திருக்கும் உறைபனியை, அதில் பூக்கள்போலப் படிந்திருக்கும்

பனியையும் பார்த்துக்கொண்டிருப்பேன். தபால்காரர் வந்து 'அன்புள்ள ஐயா' எனத் துவங்கி, அரசின் பல ஆவணக் கட்டுரைகளின் சுருக்கத்தையோ அல்லது ஜெனீவா கூட்டறிக்கையின் ஏழு தோத்திரங்களுடன் முடிவுறும் கடிதத்தைக் கொண்டு வரும்வரை நின்றுகொண்டே இருப்பேன். பசி ஏற்படுகையில் நீவிர் உமது தாடையை மென்று கொள்வதைத் தொடருங்கள். இருப்பதைவிட மேன்மையான வாழ்க்கையை விரும்பும் பாவத்தைச் செய்யாதிருப்பீராக. உமது பெயர் எழுதியிருக்கும் துப்பாக்கி ரவைக்குத் தப்பிவிடலாம் என்று நினைக்குமளவு முட்டாளாக இருக்காதீர். மேற்கத்திய நாடுகளின் விதிகளுக்கெதிராக உமது இருப்பு எவ்வளவு தகுதியற்றதாக இருக்கிறது என்பதை அளந்து பார்க்காதீர். இந்தப் பழம்பெரும் கண்டத்தை நீவிர் களங்கப்படுத்தாதீர். கலப்பின நாய்க்கு இந்த உலகம் தரும் உரிமைகளின்படி நடந்துகொள்வாயாக. நீவிர் ஒன்றுக்குமே உதவாதவர்.

அங்கு மற்றவர்களுடன் சேர்ந்து நின்றுகொண்டு, புவியியல் எங்களுக்குச் சதி செய்துவிட்டதென்றும் தவறான இடத்தில் பிறந்துவிட்டேனென்றும் எனது சகோதரி யாரோ ஒருவரின் துப்பாக்கிக் குண்டுக்கு இரையாகிவிட்டாளென்றும் வருத்தப்பட்டுப் புலம்பிக்கொண்டிருக்க நான் விரும்பவில்லை. இவையெல்லாவற்றையும்விடப் புதிதாக வந்திருப்பவர்கள் தங்கள் எதிர்காலம் குறித்து இரண்டு வாரங்களுக்காவது நம்பிக்கையுடன் இருக்கட்டும் என நினைக்கிறேன்.

நான் பொய் சொல்கிறேன். உண்மையில் எனக்கு இனிமேல் எதுவுமே வேண்டாம். அதைவிடக் கலை அணங்குகளின் உருக்களைத் தொந்தரவு செய்ய நான் விரும்பவில்லை. அதனால்தான் இப்போதுவரை லிடியாவை மட்டுமே பார்த்துக்கொண்டிருக்கிறேன். அவள் உணவுக் கூடத்திற்கு நடந்து செல்கையில் அவளது கால்களையே பார்த்துக்கொண்டிருந்தேன். அவள் உணவை மெல்லும்போது வாயைப் பார்த்துக்கொண்டிருந்தேன். குளித்தபின் ஈரப் பாதங்களால் தரையில் அவள் பதித்துச்செல்லும் கால் தடங்களைப் பார்த்துக்கொண்டிருந்தேன். இப்போது அவள் எனக்கு அருகில் படுத்திருக்கிறாள். அது உண்மையா என்று உறுதிப்படுத்திக் கொள்ள எனது விரல்கள் மிகக் கவனத்துடன் விழைந்தன. இரவில் இப்படி அடுத்தவர்களின் படுக்கையில் சென்று படுத்துக் கொள்வது அவள் அடிக்கடி செய்யக்கூடிய செயலா என்றும் தெரியவில்லை. அவள் என் அருகில் படுத்திருக்கிறாள். அதுதான் உண்மை இப்போது, அவளுடைய உடலை முகர்ந்து பார்த்தேன்.

ஏதோ ஒரு நறுமண அலையில் மூழ்குவதுபோல அவளுடைய அக்குளில் எனது மூக்கைப் புதைத்தேன். ஆனால் அவளிடம் எந்த மணமும் இல்லை. ஏனென்றால் எங்கள் அனைவருக்கும் ஒரே வாசம்தான் இருந்து தொலைக்கும். எங்களுடைய அடிப்படைத் தேவைகளுக்காக வழங்கப்படும் சிறு பையில் இருக்கும் ஒரே மாதிரியான பிசுபிசுப்பான சோப்பைத்தான் அனைவரும் உபயோகிக்கிறோம், ஒரே வண்ணம் கொண்ட உடலைத் தேய்த்துக்கொள்ளும் சணல் பொதி, ஒரே மாதிரியாக மணமுடைய ஆப்பிள்களாலான ஒரே மாதிரியான ஷாம்ப்பில் தலையை அலசுகிறோம், அவையனைத்தும் ஒரே ஷாம்பு–ஆப்பிள் மரத்தில்தான் காய்க்கும் என்று என்னால் பந்தயம் கட்ட முடியும். மணம் மட்டுமே நமது ஒரே புலனுணர்ச்சியாக இருக்குமென்றால் இந்தப் புகலிடத்தில் யாரும் மற்றவருக்குச் சொல்ல எதுவுமிருக்காது. நான் என்னுடைய நாசியை இன்னும் ஆழப் புதைக்கிறேன், அவளுள் அதை ஒளித்து வைத்துவிட்டு இன்னொரு வசந்தத்தில் மீட்டுக்கொள்ளலாம் என எண்ணுகிறேன். வயதைப் பொருத்தவரை, எனது இளைய சகோதரியைக் கொல்லும் முன்பு அவளை வன்புணர்ந்தவனாக, அவளது வாயிலிருந்து எழும் துப்பாக்கி ரவையின் புகையை ஆனந்தமாக ரசிப்பதற்காக நிதானத்துடன் செயல்படும் சித்திரவதைக்காரனைப் போல நான் இருக்கக் கூடும். அதை இப்போது நினைக்காமலிருக்க மிகுந்த சிரமப்படுகிறேன். அவளது வாசத்தை நான் நுகர வேண்டும், அவள் என்னை நுகர்வதுபோல. நாயைப் போலவும் பொட்டை நாயைப் போலவும் இரு. என் அருகில் படுத்துக்கொண்டிரு. சாபம் பிடித்த இந்த ஊரில் பல பருவங்களாக பெய்ய மறுக்கும் மழையின் வாசனையை நாம் உணரும்வரை இரு. படுத்துக் கிட. நிர்வாணமான உன் சதைப் பிண்டத்தை என்னுடன் இழைத்துக் கொண்டிரு. அவை இரண்டும் மீண்டும் மேனிகளாகட்டும். நாங்கள் மௌனமாக இருப்போம். மௌனமென்பது நாங்களாக இருப்போம். ஆனால் ஒன்றாக இணைந்து... மௌனம்!

சதுரங்கம் என்பது நிபுணர்களுக்கானது

அந்தப் பணியாளரைக் கொல்லப் போவதாகவும், புகலிட மையத்தையே வெடிவைத்துத் தகர்க்கப் போவதாகவும் ஷெளகத் கத்திக்கொண்டிருந்தான். மிகுந்த தோழமையுடன் மூன்று செச்சினியன்கள் அவனைக் கட்டுப்படுத்துவதற்காக உதவி புரிந்து கொண்டிருந்தனர். அவனுடைய நெற்றி நரம்புகள் ரயில் தண்டவாளங்களைப்போல உறுதியாகும் வரை புடைத்துக்கொண்டிருந்தன. அவன், தன்னுடைய கோபத்தையெல்லாம் இறக்கிவைத்த கொசாவா நாட்டுக்காரன், பலியிடப்பட்ட மாடு போல் ரத்தம் சிந்திக் கொண்டிருக்க, ஜெனரல் டமாட்ஸ்கி தாடையில் குத்து விழுவதிலிருந்து தப்பிப் பிழைத்தான். அதை 'நெருக்கடி நிலை' என்று அங்குள்ளோர் சொல்வார்கள். செயற்கூடத்தின் அந்த ஒரு பணியாள் நாயைத் தவிர, எங்களுக்கு விருப்பமான மற்ற பணியாளர்கள் அனைவரும், அதுபோன்ற சச்சரவு மேலாண்மைப் பயிற்சியை மேற்கொண்டிருந்தனர். ஆனால் இது அதைவிட மாறுபட்ட இழவெடுத்த காட்சி. அப்போது நடிகர்களை வைத்துப் பயிற்சி செய்தார்கள். ஒரு நடிகன் மற்றவனைப் பார்த்து 'அசிங்கம் பிடித்த நாயே' என்று கூச்சலிட்டான்; புகலிடத்தில் எதிர்காலத்தில் பணியாற்றும் வாய்ப்புள்ள

சிலர், அங்கே கவனமாகக் கண்ணோட்டிக் கொண்டிருந்த தேர்வுசெய்வோரின் முன்னிலையில், அந்தப் பிரச்சனையைத் தீர்த்துவைத்தார்கள். அந்தப் பயிற்சியின்போது பிளாஸ்டிக்கால் ஆன கத்திகள் பயன்படுத்தப்பட்டன. செச்சினியன்கள் மிகவும் சலித்துப் போய் இருந்ததால் உற்சாகத்துடன் இந்தச் சண்டையில் கலந்துகொண்டனர். அதற்கு அவர்கள் நன்றி சொல்ல வேண்டும். செய்வதற்கு ஏதோ ஒன்று அவர்களுக்குக் கிடைத்துவிட்டது. குத்துச்சண்டை.

ஷௌகத்தான் அன்று படுதோல்வியடைந்தவன். அதில் சந்தேகமே இல்லை. எத்தனை ஆயிரம் மைல்களுக்குத் தன்னையும் தன் மனைவியையும் வஞ்சகம் நிறைந்த கடத்தல்காரர்களின் கைகளில் ஒப்படைத்துக்கொண்டு வந்தானென்று எனக்குத் தெரியவில்லை. சாக்கடைகளில் ஒளிந்துகொண்டு, பன்றிகள் நிறைந்த சரக்குந்துகளில் ஊர்ந்துசென்று, தேய்ந்துபோன செருப்புகளால் மலையைக் கடந்து, மின்சாரக் கம்பி வேலிக்குள் உடலைக் குறுக்கி நுழைந்து அவர்கள் மேற்கொண்ட பயணம் இறுதியில் அவர்கள் கனவு தேசத்தின் நெடுஞ்சாலையின் ஊர்தி நிறுத்தத்தில், இறங்கி இந்தப் புகலிடத்தில் அவர்கள் பொருள்களையும், பாதி இறந்த நிலையில் இருந்த அவனையும் அவன் மனைவியையும் அடைத்தபின் நிறைவடைந்தது. அவர்களிருவருக்கும் குளியலும் படுக்கையும் ரொட்டித் துண்டுகளும் ஈயப்பட்டதற்கு அவர்கள் நன்றியுடையவர்களாக இருக்க வேண்டும். அவனுடைய பயணக் கதை அங்குள்ளோரின் மனதைப் பெரிதாக ஈர்க்கவில்லை என்பது சொல்லாமலேயே அறிந்துகொள்ள வேண்டிய உண்மை.

எப்படியோ, ஷௌகத்தின் மனைவி காணாமல் போய் விட்டாள். போயே போய்விட்டாள். மறைந்துவிட்டாள். தனியாக. ஹீ ஹீ. அவனிடம் அவள் நொந்துபோய்விட்டாள். அதனால், நிர்வாகத்தை மிக ரகசியமாக அணுகி, தன்னை வேறொரு புகலிடத்துக்கு அனுப்புமாறு கேட்டு இந்த மனிதனிட மிருந்து ஒரு வழியாக விடுதலை பெற்றாள். அப்படி நடக்கக் கூடும். சற்று மேன்மையான எதிர்காலத்திற்காகத் தன் மூட்டை முடிச்சுகளை எடுத்துக்கொண்டு வெளியேறும் வரையில் உன் காதுகளில் ஓயாமல் நச்சரித்துக்கொண்டே இருந்த சிறு பெண் அவள். வாழ்க்கையையே பணயம் வைத்து இலக்கை வந்தடைந்ததும், சொந்த நாட்டில் கல்லால் அடித்து மரண தண்டனை அளிக்கக்கூடிய செயலை செய்யத் துணிந்ததும் அதே சிறு பெண்தான், அவள் ஓடிப்போயிருக்கிறாள். கடவுளே! இதுபோல எங்குமே இல்லை. உனது அன்பான துணையைச் சட்டத்திற்குப் புறம்பான எல்லைகளைக் கடந்து அழைத்து

வந்தது கடைசியில் அந்நிய நிலத்தில் தன்னந்தனியாக உண்பதற்கும் உடுத்துவதற்கும் தானன்றி வேறெதற்கும் அல்ல.

பெண்ணினத்தைக் காய்ந்துபோன நரகலைவிடக் கேவலமாக நினைக்கும் கூட்டத்தைப் பின்பற்றுபவன் ஷௌகத். அவளை அடித்துத் துவைப்பதைப் பலமுறை பார்த்திருக்கிறோம். அதில் அவன் குறையே வைக்கவில்லை. மணவாழ்க்கை வன்முறை என்பது இங்கு நித்தமும் நடக்கும் சாதாரண நிகழ்வாகும். அதற்குப் புகலிடத்தில்தான் அடைந்து கிடக்க வேண்டுமென்பதில்லை. ஆனால் ஷௌகத்போல மனைவியை அடிப்பவர்களை இதுவரை நான் கண்டதில்லை. உதாரணமாக, கடந்த மாதம் அவள் ஒரு கணிணிப் பயிற்சி வகுப்பில் சேர்ந்துவிட்டாளென்று அவளுடைய மணிக்கட்டை முறித்துவிட்டான். பெண்கள் மேற்படிப்பைத் தொடரவே கூடாது, அவர்கள் பின்தங்கியவர்களாகவே இருக்க வேண்டும். பின்தங்கியவர்களாக இருப்பதுதான் அவர்கள் இயல்பு அல்லவா. அதனால்தான் அனைவரின் முன்பும் அந்த நல்ல பெண்மணியின் எலும்பை தேர்ந்த ஜூடோ வீரன்போல உடைத்தான். அதற்காக அவனுக்குக் கைதட்டல் ஏதும் கிடைக்கவில்லை, அவரவருக்குரிய சிலுவையை சுமக்க வேண்டுமென்பதால் மற்றவர்களின் இதுபோன்ற விஷயத்தில் யாரும் மூக்கை நுழைப்பதில்லை. அவளுடைய மாதவிடாய் தினங்களில் தனக்கு வேறொரு அறை வேண்டுமென வேண்டுகோள் விடுத்தான் ஷௌகத். அசுத்தமான மிருகத்துடன் அறையையும் படுக்கையையும் பகிர்ந்துகொள்வதைவிட உறையவைக்கும் குளிரில் வெளியே உறங்குவதைத் தேர்ந்தெடுத்தான். அவனைப் போன்ற ஒருவன் முன் பசுபோலச் சாதுவாகத் தெரிந்தவள் இயல்பில் விவேகமான பெண்ணாக இருந்திருக்கிறாள் என்று குறிப்பிட்டுச் சொல்வது எங்களுக்கு உண்மையிலேயே கிளுகிளுப்பை அளித்தது. இப்போது அவளுக்கு மாற்றல் கிடைத்துவிட்டது, அதுவும் கடற்கரையோரம் அமைந்திருக்கும் ஒரு புகலிடத்தில் இருக்கிறாள். ஆஹா! தெய்வமே! அதுதான் மேலும் நகைப்புக்குரியது. அங்கே நீச்சல் குளம் உள்ளது. அவர்களுக்கு தனித்தனி அறையும் அதில் தொலைக்காட்சிப் பெட்டியும் உண்டு. அவள் விருப்பப்பட்டால் நன்றாகக் கால் நீட்டி உட்கார்ந்து பாலியல் திரைப்படங்களைப் பார்க்கலாம். ஒரு உதாரணத்திற்காகத்தான் இதைச் சொல்கிறேன். அழகான ஆண்களுடன் அந்த நீச்சல் குளத்தில் நீள அகல வட்டமடித்துப் பயிற்சி பெறலாம். ஷௌகத் 'நிராகரிப்பு' பெறும்போது அவளுக்கு ஒப்புதல் கிடைத்துவிட்டால் நிகழப்போகும் கலவரத்தைக்

→ 58 ←   டிமிட்ரி வெர்ஹல்ஸ்ட்

கற்பனை செய்துபாருங்கள். செய்தித்தாளைப் பார்க்க வேண்டிய நாளாக அது அமையும்.

அவனை அமைதிப்படுத்த என்ன செய்தார்களென்று தெரிய வில்லை, ஒரு வேளை ஊசி நிரம்ப மார்ஃபினை அடைத்து அவனுடைய புட்டத்தில் ஏற்றியிருப்பார்கள்போல., மதிய உணவு நேரத்தில் அந்த வெறி பிடித்தவன் தலை சாய்த்துப் படுத்திருந் தான். தன் மனைவிக்கு விவாகரத்து வாங்கிக் கொடுத்த பணியாளனை அவன் எப்போதும் மன்னிக்கப்போவதில்லை.

அவன் மதம் குறித்த விஷயமெல்லாம் இல்லை. ஆனால் யாருக்குமே ஷெளகத்தைப் பிடிக்காதென்பதால் இப்போது அவன் படு தோல்வியுற்றவனாக இருக்கையில் அந்தச் சூழலே கொண்டாட்டமாக இருந்தது. தோரணங்களும் தொப்பிகளும் இல்லாத குறைதான். நனைந்த செய்தித்தாளைப்போலத் தளர்வுடன் நிமிடங்களைக் கடத்திக் கொண்டிருந்தான் ஷெளகத். வருத்தம், குற்ற உணர்வு ஆகியவற்றுடன் மிகவும் மனந்திருந்தியவனாகவும் காணப்பட்டான். நீள அங்கியை அணிவித்து ஒரு தூணில் நிறுத்திவைத்தால் தியாகிபோலத் தோற்றமளிப்பவனாக இருந்தான். ஒரு சின்னத் துவாலையால் அவன் குறியைப் போர்த்திவிட்டவுடன், தியாகிகளின் புனிதரான செயிண்ட் செபாஸ்டியன் அங்கு தோன்றி, அழுவதா வேண்டாமா என்பது போன்ற பாவனையில் வாய் கோணியிருக்க, தன் அம்புகள் நடுங்க நிற்கும் கோலம் என் கண்முன் விரிந்தது. வாடிகன் நகரத்தில் நடைபெறும் மௌன நாடகத்தில், சுயவதையில் தண்டனை பெறுவதை விரும்பும் பைபிள் மாந்தன் ஒருவனாகத் தோன்றக்கூட அவன் விண்ணப்பிக்கலாம் என்று அவனிடம் போய் யாராவது சொல்லலாம்.

எனக்கு என்ன ஆனதென்றே தெரியவில்லை. ஆனால் ஷெளகத் அமைதியாக, உம்மணாமூஞ்சியாக இருந்தது எனக்கு மிக எரிச்சலாக இருக்க, உடனே அவனை என்னுடன் சதுரங்கம் விளையாட வரமுடியுமா என்று சவால் விட்டேன். கேவலம், பன்றியாக இருந்தாலும் அவன் மனிதன் தானே? அவனும் சற்று நேரம் மனதிலிருப்பதை அகற்றி இலகுவாக இருக்க வேண்டுமல்லவா? அவன் வற்புறுத்தியதால் ஐந்து சிகரெட்டுகள் பந்தயமாக வைத்தோம்.

எனக்கு வேண்டுமென்றிருந்தால், சொல் வன்மையில் பதினைந்து நகர்வுகளிலேயே அவனிடம் உள்ள சிகரெட்டுகளை

பிராப்ளம்ஸ்கி விடுதி

உருவியிருக்க முடியும். விளையாட்டு விதிகளின்படி மிகத் தேர்ந்த ஆரம்ப நகர்வாகக் கருதப்படும், படைத்தலைவர்களை நான் நகர்த்தி இருந்ததால் அவன் ஏற்கெனவே சிரமத்தி லிருந்தான். அவனுடைய அத்தனை துருப்புகளும் தங்களைப் பாதுகாத்துக்கொள்ள முடியாத நிலையில் இருந்தன. இதை நான் சொல்லியே ஆக வேண்டும், அந்த நேரத்தில் ஷெளகத் ஒரு அரசியல் அகதி என்பதை என்னால் செரிக்க முடியவில்லை. அதை நம்பும்படியாகவும் இருக்கிறது, ஏனென்றால் அவர்கள் நாட்டில் அரசியல் நிலை முற்றிலுமாகச் சீரழிந்து கிடக்கிறது, அவன் மீண்டும் அங்கு சென்றால் அரசு அவன் தலையை நசுக்கிவிடும் அல்லது அவன் நாக்கை வெட்டிப் பழரசம் பிழியும் இயந்திரத்திற்குள் போட்டுவிடுவார்கள். எந்த இடமும் ஒழுங்காக இல்லை. ஆனால் அவன் சதுரங்கம் விளையாடும் முறையில் அது சுத்தமாகத் தெரியவில்லை. அவன் சிப்பாய்களுடனேயே விளையாடிக்கொண்டிருக்க அரசர் ஒரு விரலைக்கூட உயர்த்தவில்லை. அரசர் தன் சேவகர்கள் புடை சூழ அமர்ந்துகொண்டு அவரது பெருமைக் காகவும் மரியாதைக்காகவும் தன் சேனைகள் அந்தப் பலகையிலிருந்து ஒவ்வொருவராக மறைவதைச் செருக்குடன் அனுமதித்துக்கொண்டிருந்தார். அவருடைய ராணியை, பெண்ணைக் கட்டுப்பாட்டுக்குள் வைத்திருந்தார். இந்த மனிதன் பாவம், இன்றுதான் அவன் மனைவியை இழந்திருக்கிறான், அவனை மேலும் மிதித்துக் கீழே தள்ளக்கூடாது என்று நினைத்து, ஆட்டத்தைக் கொஞ்சம் இலகுவாக எடுத்துக் கொண்டேன். மூன்று முறைக்கும் மேலாக என்னுடைய மிக நல்ல துருப்பை எடுத்துக்கொள்ள வாய்ப்புத் தந்தேன். அது போதாதென்று, அவன் தன் சொந்த முயற்சியில் வெற்றி பெறத் தடுப்பரண்கள் இல்லாத இலக்கை இலவசமாகத் தந்து என் ஆட்டத்தைச் செயலிழக்கவைக்க உதவி செய்தேன். ஆனால், மலத்துக்கும் சாணத்திற்கும் வேறுபாடு தெரியாத அளவு ஷெளகத் அடிமுட்டாளாக இருந்தான். விளையாட்டை உருட்டிக்கொண்டிருந்தான்.

ஐந்து சிகரெட்டுகள். அவனிடம் இந்த வாரத்திற்குப் புகைக்கவென நான்குதான் மீதமிருந்தன. விவாகரத்துக்குப் பின் சிகரெட் புகைப்பது கொஞ்சம் வலிமையையும் நல்ல மனநிலையையும் தரும் அல்லவா? அப்படித்தானே?

ம்ம், ஆட்டத்தை வேண்டுமான அளவு இழுத்தாகிவிட்டது. ஒரு மணி நேரத்துக்கு முன்பே நான் செய்ய வேண்டியதைச் செய்து முடித்தாயிற்று. என்னுடைய தளபதியைச் சரியான

நகர்வுகளில் (*B2*லிருந்து *F6*க்கு முன்னிறுத்தி), ஆட்டம் முடிந்தது ஷௌகத் என்றேன்.

முதலில் நம்பமுடியாதவனாக அட்டையைப் பார்த்துக் கொண்டே இருந்தான். அவனுடைய மூக்கு விடைத்தது. மேலுதடு நடுங்க, சொத்தைப் பல் வெளியே தெரிந்தது. அந்த முட்டாள் தடியனை அவன் அறையை விட்டு வெளியே இழுத்துவந்ததற்காக நான் வருத்தப்பட்டேன். எனது நட்பைப் பெறத் தகுதியானவன் அல்லன் அவன். ஏனென்றால், இப்போது நான் எதை எதிர்பார்த்தேனோ அதை அப்படியே செய்தான். சதுரங்க அட்டையைத் தூக்கிப் பொழுதுபோக்குக் கூடத்தின் நடுவே விசிறியெறிந்தான். எல்லாத் துருப்புகளும் படை வீரர்களும் புயலடித்துத் தூக்கிவீசப்பட்டவர்கள் போலக் காற்றில் பறந்தார்கள். இப்போது, நான் ஏமாற்றிவிட்டே னென்றும், அவன் பார்க்காதபோது துருப்புகளை மாற்றி வைத்துவிட்டேனென்றும் அவன் சொல்வதை நான் கேட்டுத் தொலைய வேண்டும்.

எனக்கு என் சிகரெட்டுகள் கிடைக்கவில்லை.

ஆனால் அதை மட்டும், அடேய் நண்பா, போனால் போகிறதென்று நான் விடப்போவதில்லை. கொடுத்த வாக்கு வாக்குதான். அவனைக் காயப்படுத்த வேண்டுமென்று விரும்பினேன், ஆனால் அதைச் செய்யும் துணிச்சல் எனக்கு இருக்கிறதா என்று தெரியவில்லை. சுற்றிலும் பார்த்தபோது மூன்று செச்சினியன்கள் அங்கே நின்றுகொண்டிருப்பதைப் பார்த்தேன். எனக்குத் துணிவு வந்தது. இல்லை, வரவில்லை, ஆமாம், இப்போது துணிவு பிறந்தது.

“உனக்குத் தெரியுமா ஷௌகத், போன வாரம்தான், உன் மனைவியைப் பின்புறமாக நின்று போட்டேன்.”

ராக்கி II

இகார் பெயருக்கு ஒரு பதிவுத் தபால் வந்தது. மேசையின் நடுவில், அஞ்சல் தலைகளும் முத்திரைகளும் பதிந்திருந்த தபால் அவனுடைய ஞாயிறு செய்தித்தாளின் மிக சுவாரஸ்யமான வண்ணப் புகைப்படத்தின்மீது வைக்கப் பட்டிருந்தது. அது யாரால் எழுதப்பட்டதென்று எங்களுக்குத் தெரியும். அனைவரும் ஆவலுடன் எதிர்பார்க்கும் கடிதம். பல மாதங்களாக அவன் மிகச் சலிப்புடன் காத்திருந்து அது கிடைத்தபோது பிரித்துப்பார்க்க அவன் மிகவும் பயந்தவன்போல இருந்தான். அப்புறம் பார்க்கலாம். முதலில் உணவருந்தச் செல்ல விரும்பினான். விவேகமான செயல். ஏற்கெனவே சுவையில்லாத உணவு, அதை ஏதேனும் கெட்ட செய்தியோடு வயிற்றுக்குள் தள்ளுவது மிகச்சிரமம்.

அன்று மாறுதலாக இறைச்சி வைத்த சாண்ட்விச் துண்டுகளும் ஒரே ஒருமுறை நிரப்பிய பொடியில் பத்து தடவை நீர் விட்டு வடித்தது போன்ற மட்டமான சுவையுள்ள காப்பியும் பரிமாறப்பட்டன. நாங்கள் உற்சாகம் கொள்ளும் அளவுக்கு அதில் காப்பியின் சத்து சுத்தமாக இல்லை என்றே சொல்வேன். இந்தச் சகதி நீரில் புரோமைட் வேதிப் பொருளைக் கலக்கிறார்களோ என்னும் என் ஐயத்தை உறுதி செய்யப் பல காரணங்கள் உண்டு. அது பாலியல் சக்தியைக் குறைக்கும். காலையில் எழுகையில் கொஞ்சம் நொண்டுகிறேன். அது நிச்சயமாக என் மனப்பிரமை கிடையாது.

இகார் கடிதம் பெற்ற விஷயம் அங்கு சுற்றத் தொடங்கியது. பிரஸ்ஸல்ஸ் நகரத்தின் மூலையில் இருக்கும் புகலிடத்தின் முகவரியை அவர்கள் இன்னும் மறக்கவில்லை என்பதை அறிந்து மற்றவர்கள் ஆச்சரியப்பட்டுப் போனார்கள். இங்கு நீண்டகாலமாக, சுமார் பதினெட்டு மாதங்களுக்கும் மேலாக இருக்கும் சிலர், தங்களுடைய கோப்புகள் தவறுதலாகக் குப்பைக்கூடையில் விழுந்து கந்தலாகிப் போய்விட்டதோ என்று நினைக்கத் தொடங்கிவிட்டார்கள். வேகம் என்பது பிரஸ்ஸல்ஸின் வலிமையான பக்கம் இல்லை. எங்களுக்கு எப்போதாவது இங்கேயே வேலை கிடைக்கும் பட்சத்தில் அதுவும் நல்லதுதான். செய்தியை அறியத் துடித்தவர்கள் எங்கள் கதவுகளைத தட்டிக்கொண்டேயிருந்தார்கள். ஆனால் இகாரோ கடிதத்தைத் தொடவே இல்லை.

பின்மதியம் வரை. கூரையையே வெறித்துப் பார்த்துக் கொண்டிருந்தான், அதிலும் துரதிர்ஷ்டவசமாக எந்த விரிசலும் இல்லை. இருந்திருந்தால் பார்ப்பதற்கு ஏதோ ஒரு புதுமை இருந்திருக்கும். சட்டென ஒரு மின்னற் கணத்தில் கத்தியை எடுத்து அந்தக் கடித்ததின் உறையைக் கிழித்துப் பிரித்தான். அதை அனுப்பியவனை நினைத்துக்கொண்டே கத்தியை உறையின் மடிப்பினடியில் நுழைத்திருப்பான் என்று நம்புகிறேன். அதை நான் பார்த்துவிட்டேன். அதை நுகர்ந்துவிட்டேன். அவனது வியர்வை அவனை உள்ளும் புறமும் காட்டிக் கொடுத்துவிட்டது.

அங்கே அப்படியே அமர்ந்தான். அந்தக் கடிதத்துடன். அவன் தலைவிதியுடன். அவனால் அதிலுள்ளதைப் புரிந்து கொள்ள முடியவில்லை. இந்த தேவடியாப் பையன்கள் டச்சு மொழியில் அவன் எதிர்காலத்தை நிர்ணயித்திருந்தார்கள். பிரஸ்ஸல்ஸ் நகரில் அதிர்ஷ்டவசமாகக் கிடைக்கும் பதினைந்து நிமிடங்களில் அவர்களிடம், உனது சொந்த நாட்டில் அடி உதைகளால் ஏன் நீ சித்திரவதை செய்யப்பட்டாய் என்பதை, ஏன் அவர்கள் உன் வீட்டை எரித்து உன் மகள்களை வன்புணர்வு செய்தார்கள் என்பதை, அழையா விருந்தினர்களாக வரும் கொள்ளையர் கூட்டம் உன் கண் முன்னே உன் தாயை அடித்து நொறுக்கியதை, தந்தையின் ஈரல்குலையை நாய்க்கு உண்ணத் தந்ததை என அனைத்தையும் விளக்கிச் சொல்ல வேண்டும். மாதக்கணக்கில் மூட்டுகளைத் திருகிச் சலிப்பில் கால் விரல்களை முடிச்சிட்டுக்கொண்டிருந்தால் உனக்கொரு கடிதம் வருகிறது. ஒற்றை வெள்ளைத் தாளில். எழுதியிருக்கும் வரிகளைவிட அதிகமான கையெழுத்துகளுடன்.

அந்தக் கடிதம் எழுதப்பட்ட தாளின் முத்திரையே ஏற்கெனவே தெரிந்த விஷயத்தை உறுதிப்படுத்தியது.

நேர்காணலின்போது எந்த மொழிபெயர்ப்பாளரும் இல்லை, மூன்றாமவர் யாரும் இல்லை, வக்கீல் இல்லை. ஆனால் அதை வாசிப்பவர்களை அவர்கள் மதிக்கிறார்கள். அதிகம் மதிக்காவிட்டாலும் ஓரளவுக்கேனும்.

> *அன்புள்ள ...*
>
> *உங்களுடைய கோப்புகளிலிருக்கும் தரவுகளை ஆராய்ந்ததில், பெல்ஜியம் நாட்டுக்குள் நீங்கள் தங்கியிருப்பதற்கு அனுமதி மறுக்கும் துணை உள்துறை அமைச்சரின் முடிவை உறுதிசெய்கிறேன். அந்நியர் குடியேற்றச் சட்டம் I இன் 52வது விதியின்படி, புகலிடம் கோரி நீங்கள் அனுப்பிய விண்ணப்பம், அகதித் தகுதிக்கான சர்வதேச ஒப்பந்த உடன்படிக்கை விதிகளுக்கும், புகலிட அனுமதி அளிக்கும் மற்ற அகதிகள் சார்ந்த விதிகளுக்கும் எவ்விதத்திலும் தொடர்புடையதாக இல்லை.*
>
> *மேலும், எந்த நாட்டிலிருந்து நீங்கள் தப்பியோடி வந்தீர்களோ, அங்கு உங்கள் உயிரும் உடல் நலமும் சுதந்திரமும் ஆபத்திலுள்ளதாக நீங்கள் ஆவணத்தில் குறிப்பிட்டிருந்ததால், தற்போதைய சூழலில் உங்கள் தாயகத்தின் எல்லைவரை சிலர் உங்களுடன் துணையாக வரக்கூடும் என நம்புகிறேன்.*
>
> *உள்துறை அமைச்சகம் மற்றும் உதவி அமைச்சர் எடுத்த முடிவின்படி, இந்தக் கடிதம் கிடைத்த ஐந்து நாட்களுக்குள் பெல்ஜியம் நாட்டிலிருந்து நீங்கள் வெளியேறிவிட வேண்டும். (அரசாணை; 19ம் தேதி, மே மாதம் 1993: விதி 17, பிரிவு 2, பத்தி 2)*

அவன் அதிர்ஷ்டம், பெல்ஜிய நாட்டு நீதித்துறை பெல்ஜியர் களைப் போலவே தர்க்க அறிவு கொண்டது. அவன் ஐந்து நாட்களுக்குள் நாட்டை விட்டு நீங்க வேண்டும், ஆனால், மறு விண்ணப்பம் செய்ய முப்பது நாட்கள் அவகாசம் தரப்பட்டுள்ளது.

இந்தக் கடிதங்கள் அனைத்தும், குடியுரிமை மறுப்பு இறுதி முடிவு என்று அழுத்தமான எழுத்துகளில் தலைப்பிட்டு டச்சு என்று நம்பப்படும் மொழியில் இயற்றப்பட்டு அனுப்பப்படும். அந்த மொழிதான் எங்கள் எதிர்காலத் தொடர்பு மொழியாக

இருக்கப்போகிறது என்பது நிச்சயமில்லாத சூழலிலும் அதை நாங்கள் கற்றுக்கொள்கிறோம். நேரத்தைக் கொல்வதற்காக நாங்கள் மிகுந்த ஈடுபாட்டுடன் கற்றுக்கொள்ளும் மொழி அது.

வெளியே கால நிலையில் அளவு மைனஸ் ஆறு என்று வெப்பமானி காட்டியது. அறிவிப்புக்கு உகந்த காலநிலை என்றபோதிலும், பிபிசி யில் பியானோ இசை நிகழ்ச்சியை இடைமறித்து மற்றொரு சரக்குந்து நிரம்ப வந்த அகதிகள் பிடிபட்டதாக அறிவித்தது. இம்முறை இத்தாலி நாட்டின் திவோலி நகரின் தக்காளிக்குப் பின்னால் அல்ல, அவர்கள் தரை ஓடுகளின் அடுக்குகளுக்குப் பின்னால மறைந்துவந்திருக்கிறார்கள். ஆனால் அந்த ருமானியர்களுடன் எங்கள் அறையைப் பகிர்ந்து கொள்ள நேருமோ என நாங்கள் கவலைப்பட வேண்டியதில்லை. வெறுமையிலிருந்து வெற்றிடத்திற்கு மேற்கொண்ட பயணத்தில் அவர்கள் குளிரில் உறைந்து இறந்து போனார்கள். சாலையில் ஏற்பட்ட ஊஞ்சலாட்ட இறப்பு. சொல்லப் போனால், அது அவ்வள வொன்றும் மோசமில்லை. பனிப்புயலில் மாட்டிக் கொண்ட மலையேற்றக்காரர்கள், உலகத்தின் கூரைமீது நின்று கொண்டு மரணக் குகைக்கு எவ்வளவு அருகில் இருக்கிறோம் என்பதை நீலம் பாரித்த விரல்களால் எண்ணிக் கொண்டிருந்ததை யும், ஹெலிகாப்டருக்காகக் காத்திருக்கையில் மண்டையோடு வெடித்துவிடுவதுபோல இருந்ததையும் சொல்வார்கள்.

இங்கு நிகழும் உரையாடல் ஒவ்வொன்றுக்கும் வண்டி நிறைய அகராதிகள் தேவைப்படும். இந்தக் கடிதத்துக்கும்கூட. நானும் இகாரும் அமைச்சரகத்திலிருந்து வந்த ஓலையின் பூடக மொழியின் ரகசியத்தை அவிழ்த்துக்கொண்டிருந்தோம். திருகலான மொழியில் எழுதப்பட்ட வார்த்தைகளைப் படிப்படியாக உடைத்துக் கழிவறைக் காகிதத்தில் குறிப்பெடுத்து எழுதிக்கொண்டிருந்தோம்.

அதில் quitter (வெளியேறு) என்னும் வினைச்சொல்லைக் கண்டுபிடித்து அதைப் பல்வேறு அர்த்தங்களாக பிரித்து விடாமுயற்சியுடன் தனது திறமையை நிறுவிக்கொண்டிருந்தான் இகார். *Je quitte, tu quittes. Il quitte, nous quittos, vous quittez, ils quittent* என்று பலவிதமாகச் சொல்லிக் கொண்டிருந்தான். கருப்பு, நீல வண்ண அஞ்சல் முத்திரைக் கடிதத்தின் முக்கியத்துவம் அவனுக்குப் புரியவில்லை எனத் தோன்றியது. அவன் பிரெஞ்சு மொழியில் எதிர்கால வினைச்சொல்லை இன்னும் கற்றுக் கொள்ளவில்லைபோலும்.

பிராப்ளம்ஸ்கி விடுதி

அதிருப்தியாளரின் கால அட்டவணை

கவிஞர் டி.எஸ். எலியட் தவறாகச் சொல்லியிருக்கிறார்.[1] அவர் சொன்னதுபோல ஏப்ரல் அல்ல, டிசம்பர் மாதமே மிகக் கொடுமையான மாதமாகும். இது கொள்கலனில் ஒளிந்து கொள்வதற்கேற்ற காலநிலை அல்ல. எந்த ஆதரவுமற்ற அஞ்சாநெஞ்சர்கள் தக்காளிகளுக்கும், தரை ஓடுகளுக்கும் இடையே ஒளிந்து நாடு விட்டு நாடு பிரயாணம் செய்து கடுங்குளிரில் உறைந்து இறந்துபோகிறார்கள். இந்தக் காலநிலையால் கறுப்பர்கள் தங்கள் அனைத்து நயத்தகு நாகரிகங்களையும் இழந்திருந்தார்கள். தோளில் சிறு வானொலிப் பெட்டியைச் சுமந்துகொண்டு தெருவில் அவர்கள் நடமாடுவதைக் கற்பனை செய்துபார்ப்பதுகூடச் சாத்தியமில்லை.

அரசாங்கக் காவல் படையினர் எந்த நேரத்திலும் நுழைந்து ஒரு கொள்ளைக் கூட்டத் தலைவனைப் பிடிப்பதுபோல என் சக அறைவாசியைப் பிடித்துக்கொண்டு போகப் போகிறார்கள். தற்போதைக்கு எதையும் காட்டிக் கொள்ளாமல் படுத்தவாறு காத்துக்கொண் டிருந்தான். ஆனால் அவன் உள்ளூரக் கொதித்துக் கொண்டிருக்கிறான் என்பதையும், இப்போதோ

---

1. ஆங்கிலக் கவிஞர் டி.எஸ். எலியட்டின் நீள்கவிதையான 'த வேஸ்ட் லேண்ட்'இன் முதல்வரி: 'ஏப்ரல் மிகக் கொடுமையான மாதம்'.

அப்போதோ எழுந்து தன் மனகிழ்வுக்காக என்னைச் சக்கையாக மிதித்துச் சாறெடுக்கப் போகிறான் என்பதையும், பழி தீர்த்துக்கொள்வதற்காக அத்தனை கோபத்தையும் காரணமேயில்லாமல் என்மீது இறக்கிவைக்கப் போகிறான் என்பதையும் எதிர்பார்த்துக் காத்திருக்கிறேன்.

அது போக நாங்கள் அனைவரும் களைப்பில் துவண்டிருந்தோம். கடந்த ஒரு வாரமாக ஒவ்வொரு இரவும் நடைக்கூடத்தில் பெரும் அமளி நடந்துகொண்டிருந்தது. ஏதேனும் ஒரு சச்சரவைக் கேட்டோ, அல்லது சில சிகரெட்டு களுக்காக அன்னா அங்கிருக்கும் ஆண்களை ஆக்ரோஷமாகக் கத்திக்கொண்டு புணரும் சத்தம் கேட்டோ விழித்திருக்க நேரிடுகிறது. சில வேளைகளில், தங்கள் அன்னையரின் ஊட்டச் சத்தில்லாத, சுரக்காத காம்புகளைச் சப்பும் சின்னஞ் சிறுசுகள் பால் கிடைக்காமல் முலைகளைத் தேய்த்துக்கொண்டு ஊளையிட்டுக்கொண்டிருக்கும் சத்தத்தாலும் உறங்க முடிய வில்லை.

எனக்கு உறங்க வேண்டும். வேண்டும். ச்சே! தடையில்லாமல் ஒரு கோடி ஆண்டுகள் உறங்க வேண்டும். இப்போதைக்கு ஐந்து அல்லது ஆறு மணி நேரங்கள் கிடைத்தாலே நிம்மதியாக இருக்கும்.

எந்த விதமான பூசலோ, புணர்தலோ, அழுகையோ, புலம்பலோ அல்லது புகார்களோ இல்லாவிட்டாலும்கூட இந்த மாதத்தில் ஒழுங்காக ஒரு இரவுத் தூக்கம் கிடைப்பதை மறந்துவிட வேண்டும். அனைத்து முஸ்லீம்களும், (சொல்லப் போனால் அவர்கள்தான் இங்கு அதிக எண்ணிக்கையில் இருக்கிறார்கள்.) கணிணி வகுப்புக்குச் சென்று www.mbs.maghreb.com இணையதளத்தில் ரமலான் 1422ஆம் ஆண்டுகால ஹிஜிரி அட்டவணையைத் தேடிக் கண்டுபிடித்துவிட்டார்கள். அதே எண்ணுள்ள ரமலான் மாதத்தில்தான் நாம் வாழ்ந்து கொண்டிருக்கிறோம். உயரப் பறந்த இரண்டு தியாகிகள் அமெரிக்காவைத் தகர்த்ததும் இதே வருடம்தான். அதே எண்ணுள்ள காலகட்டத்தில் இந்தப் பழம்பெரும் கண்டமான ஐரோப்பா தனது மூத்த தொல்குடிகளான செவ்விந்தியர்களில் ஒருவரைக்கூட அழிக்காமல் இருந்ததும்கூட. ரமலான் கால அட்டவணையில் முஸ்லீம்கள் உணவு உண்ண அனுமதிக்கப்படும் நேரம் குறிக்கப்பட்டுள்ளது. மத உணவு முறைகளால் ஏற்படும் சிரமத்தைக் குறைக்கும் பொருட்டு முஸ்லீம்கள் இரவு வாழ்க்கையைக் குத்தகைக்கு எடுத்துக்கொண்டார்கள். அவர்களது இசைத்தட்டுக்களில் ஏதோ பாடல் ஒலிக்கும். அது இஸ்லாமியத் தொழுகைக்குரிய பாடலாக இருக்கலாம்

அல்லது அரபு பாப் இசைப் பாடலாகக்கூட இருக்கலாம். எனக்கு அதைப்பற்றி ஒரு விவரமும் தெரியாது. ஆனால் பகல் பொழுதுகளில் இசைக்கும் சில மூக்கில் பாடும் பாடல்களையும் மெல்லிசையையும் என்னால் கொஞ்சம் ரசிக்க முடிந்தது. எல்லாவற்றையும்விட ஒரு விஷயம்: அந்தப் புகலிடத்தில் அவர்களுடைய இசையைவிட அழகானது வேறொன்றும் இல்லை. லிடியாவைத் தவிர. ஆனால் அவர்களின் மெக்கா பாட்டுக் கச்சேரி உச்சபட்ச ஒலியைக் கூட்டக் கூடாது, அதுவும் அதிகாலை மூன்று மணிக்கு நிச்சயமாகச் செய்யக் கூடாத ஒன்று.

ஆச்சரியம்தான், ஆனால், அடுத்தவர்களின் தேர்வான எந்தக் கடவுளையும், பெண் பிசாசுகளையும் மதிப்பது எங்களுக்கு எளிதாகவே உள்ளது. ஆனால் மற்றவர்களைப் பாதிக்காத வகையில், முக்கியமாக இரவுகளைத் தொல்லை செய்யாமல் அவரவர் விருப்பப்படி எந்த உதவாக்கரையையும் தேர்ந்தெடுத்துப் பின்பற்ற அவர்களுக்கு உரிமை உள்ளது. குழந்தைகள் தூங்க இயலாமல் தொல்லை தரும் அடங்காப்பிடாரிகளாக மாறினால் சகிப்புத் தன்மையோடு இருப்பது கஷ்டமாகி விடுகிறது. இதுவரை முஸ்லீம்களல்லாதோர் அனைவரும் கழிவறை இருக்கையைச் சுற்றி அவர்கள் அசுத்தம் செய்வதை பொறுத்துக்கொண்டிருந்தார்கள். அவர்களது விதிமுறைகள், கழிவறை இருக்கைமீது ஏறி அமர்ந்து மலம் கழிக்கப் பணிக்கிறது என்பதை நாங்கள் புரிந்துகொண்டோம். ஆனால் அண்மைக் காலமாகத் தங்கள் குடலைத் தளர்வு செய்கையில் பலர் அல்லாஹ்வை சபிப்பதைக் கேட்க முடிகிறது. கழிவறை என்பது இப்போதெல்லாம் ஆசுவாசமானதாகவோ, செய்தித்தாள் வாசிக்கும் இடமாகவோ இல்லை. டமாட்ஸ்கி கூடக் கர மைதுனம் செய்வதற்காக அவனது சரணாலயமான அந்த இடத்தில் ஒதுங்குவதில்லை. இப்போது அந்த இடம் அவனது உற்சாகத்தைத் தூண்டுவதில்லை.

உணவுகூட எரிச்சலைத் தூண்டும் சப்தமாக மாறிவிட்டது. எங்கள் தொண்டைக் குழிக்குள் தள்ளுவதற்குப் போதுமான அளவு உணவு இல்லாமல் இருப்பதற்கு எந்தத் தீர்க்கதரிசியும் பொறுப்பேற்க முடியாது., கண்களை இறுகக் கட்டிவிட்டால் இன்னதென்று அடையாளம் தெரியாமல் முழிப்பதுபோல, வாசமேயில்லாத ஒரு ஏதோ பொருளைத் தட்டில் இருப்பதற்கு எந்தக் கடவுளையும் பொறுப்பேற்கச் சொல்லமுடியாது. ஆனால் பெரும்பான்மையானவர்களின் உணர்வுகளைச் சமாதானப்படுத்துவதுபோல, மதச் சடங்கு முறையில் அறுக்கப் பட்ட இறைச்சியையே நாங்கள் உண்கிறோம். இதுவொன்றும் உணவகமல்ல, இங்கே வகைவகையான உணவை மேசையில்

விரும்புபவர்கள், முதலில் தாங்கள் மனித உரிமைகளைப் பாதுகாக்கும் நாட்டில் பிறந்தோமா என்பதையும் உறுதி செய்து கொள்ள வேண்டும். எது கிடைக்கிறதோ அதைச் சாப்பிடு, மற்றவர்களைப்போல.

கோழியை அறுப்பது எந்தவிதமான சடங்கு என்று எனக்குத் தெரியாது. கோழி ரத்தம் வழியத் தரையில் கிடக்கையில், மூன்று கசாப்புக்காரர்கள் துடிதுடித்துக் கொண்டிருக்கும் அதனைச் சுற்றிநின்று சாத்தானை விரட்டும் ஆட்டம் ஆடிக் கொண்டிருக்க, அரை மயக்க நிலையில் சிறுவர்கள் கோழிக்கு இரங்கற்பா பாடி அதை வழியனுப்பி வைக்கும் நிகழ்வைக் கற்பனை செய்து பார்க்கையில், வாய்விட்டுச் சிரிப்பதென்றால் என்னவென்பது எனக்கு நினைவுக்கு வந்துவிடும்.

உண்மையிலேயே ரமலான் மாத முடிவு அவ்வளவு சீக்கிரம் வராதா என்றிருக்கும். ஏனென்றால் அனைவரும் அப்போதிருக்கும் மனநிலையில் சிறிய மனஅழுத்தம்கூட முஹம்மதியர்கள்மீது பெரும் சினமாக வெடிக்கக்கூடிய அபாயமிருந்தது. மேலும் அந்த வாரச் சுழற்சியில் சுத்தம் செய்யும் பணி எனது முறை. விருப்பத்துடன் பணி செய்வதில் நான்காவது பிளாக்கிலேயே பிரபலமானவன் நான். 'பணி புரியும் ஏதோவொரு வாய்ப்புக் கிடைக்கும் மனிதன் மகிழ்ச்சியானவன், ஏனென்றால் அவன் தனது வழக்கமான சலிப்பைச் சற்று மேன்மைப்படுத்திக் கொள்ள முடியும்'. ஆனால் சுவரெல்லாம் சிதறிக் கிடக்கும் குடலின் எச்சங்களைத் துடைக்கும் வேலை எனக்கு உவப்பானதல்ல. அது மீண்டும் சலிப்பையே தரக்கூடும். அவர்களின் ஈத் பண்டிகை எவ்வளவு விரைவில் வர முடியுமோ அவ்வளவு விரைவில் வந்து, மீண்டும் அவர்கள் பகலில் வாழத் தொடங்கட்டும். அவர்கள் தங்கள் சர்க்கரைத் திருவிழாவைக் கொண்டாடட்டும். ஐந்து சிறிய பொட்டலங்களைக் காஃபியில் கரைத்துக் குடிப்பார்கள். எது கிடைக்கிறதோ அதை வைத்துத்தான் சமாளித்துக்கொள்ள வேண்டும்.

அந்த இஸ்லாமியக் கொண்டாட்டங்கள் டிசம்பர் மாதத்தில் நடக்கும் பல நிகழ்வுகளின் வரிசையில் ஒன்று. அதுதான் டிசம்பர் மாதத்தை இப்படிச் சோர்வுற்றதாக்குகிறது. இது ஒரு கொண்டாட்ட மனநிலையைக் கிளறிவிடுகிறது.

அண்மையில் செயிண்ட் நிக்கோலஸ் வந்துபோயிருந்தார். பருத்திப் பஞ்சுத் தாடியும் கயிற்றில் கட்டிய லென்ஸ் இல்லாத கண்ணாடியும் அணிந்திருந்தார். இங்குள்ள குழந்தைகளுக்குக் கரடி பொம்மைகள் கொடுத்தார். அந்தப் பொம்மைகள்

யாவும் பெல்ஜியம் குழந்தைகளின் கைகளில் நீண்ட காலம் இருந்து தேய்ந்து பழையதாகிப் போய்விட்டதால் இப்போது எங்களுக்குச் சொந்தமாகும் நிலையில் உள்ளன. மேலே சொல்லப்பட்ட பஞ்சுத் தாடி அணிந்து வந்தவரின் பணியாளர் கறுப்பானவர். இந்த இடம் முழுவதும் அதிகம் கறுப்பர்களால் நிறைந்திருந்தது. ஆனாலும் எப்படியோ, கிராமத்திலிருந்து ஒரு வெள்ளையனைப் பிடித்துவந்து ஷூ பாலிஷை அப்பி மூச்சுத் திணறவைத்தனர். கறுப்பர்களின் வேலை இங்கிருக்கும் குழந்தைகளைப் பயமுறுத்துவது. குழந்தைகள் குறும்பு செய்தால் அந்தக் கறுப்பு மூர்க்கன் ஒரு சாக்கு மூட்டையில் அவர்களைத் திணித்துவிடுவான். இந்த ஐரோப்பியர்களின் விடுமுறைகள் விந்தையானவை.

விரைவில் கிறித்துவர்கள் கிறிஸ்துமஸ் பண்டிகையைக் கொண்டாடப் போகிறார்கள். ஒரு மரத்தைக் கொண்டுவந்து வைப்பார்கள். அதில் மினுமினுக்கும் அலங்காரத் தோரணங் களையும், மெல்லிய பந்துகளையும் கட்டித் தொங்கவிடுவார்கள். அதில் எரியும் விளக்குகளைத் தொங்க விடுவது வேறு மகா எரிச்சலைத் தரும். கிராமமெங்கும் சோகமயமான கீதம் இசைத்தட்டிலிருந்து கத்திக்கொண்டேயிருக்கும். பொருட்களின் விலையோ வானளவு உயர்ந்துவிடும். கடை வீதியில் ஒரு கடையில் ஒரு செம்மறியாடு இருக்கும். அங்கிருக்கும் மண் சிலைகளுக்கு நடுவே தான் என்ன செய்துகொண்டிருக்கிறோம் என்று ஆச்சரியப்பட்டவாறு அந்த ஆடு கத்திக்கொண்டே இருக்கும்.

அதன்பின் புதுவருடப் பிறப்பு வரும். நகரசபை மன்றம் புது வருடம் பிறக்கப்போகும் மாலையில் அதிகளவில், மத்தாப்புகளையும் பட்டாசுகளையும் வெடிக்கும். அதற்குப் பதிலாக அதன் விலை மதிப்புக்கு ஈடாக எங்களுக்கு நாளின் ஒரு வேளைக்குக் கூடுதலாக நல்ல உணவைத் தந்தால் போதும், அந்த வெடித்துச் சிதறும் ஒளிப்பந்துகளை நாங்கள் யாருமே பார்க்காமல் இருந்துவிடுவோம்.

அதன்பின் சம்பிரதாயமான புத்தாண்டுத் தினம்.

நாடோடி மன்னர்களைப்போல வேடமிட்டு மூன்று முட்டாள்கள், வெட்டியாகச் செலவழிக்கத் தங்களிடம் பணமேயில்லை என்று பாடுவார்கள். *Nahonu moulok el shark al thalatha.* நாங்கள்தான் கிழக்கிலிருந்து வந்த அந்த மூன்று அரசர்கள்.

பின் சீனர்களின் புத்தாண்டு வரும்.

டிமிட்ரி வெர்ஹல்ஸ்ட்

விருந்து, விருந்து... இதுபோன்ற கேளிக்கை இதற்கு முன்பு எப்போதாவது இருந்தது என்று சவால்விடுங்கள் பார்ப்போம்.

ஏப்ரல் மாதமல்ல, டிசம்பர் மாதமே கொடுமையான காலம். டிசம்பர் மாதத்தில் இந்தப் பழம் பெரும் கண்டத்தின் ஞானி உயிர்த்தெழுகிறார். ஏப்ரல் மாதத்தில் அவர் மரித்துவிடுகிறார்.

உறக்கமற்றவர்களின் உரையாடலை உறங்குபவர்கள் ஒருபோதும் சந்தேகிக்கமாட்டார்கள்.

இகார் ஸ்ட்ராவின்ஸ்கி என்னைக் கொலை செய்ய விரும்பினால், இப்போதிருந்து எப்போது வேண்டுமானாலும் நிகழக்கூடிய சாத்தியம் உள்ள அந்தச் செயலை அவன் விரைவில் செய்துமுடிக்க வேண்டுமென விரும்புகிறேன். எனது மூக்கில் ஓங்கி ஒரு குத்து விட்டால் போதும், நான் மூர்ச்சையாகி அழுக்கான தரை ஓடுகளின்மீது விழுந்துவிடுவேன், அதன் பின் அவனுடைய கத்தி என்னைக் குத்திக் கிழிக்கையில் நான் கத்தத் தேவையில்லை. அதற்காக அவனை நான் மன்னித்துவிடுவேன் என்பதுதான் அதில் மோசமான விஷயம். அவனுக்கு என்னைத்தான் குறிப்பாகத் தேர்ந்தெடுக்க வேண்டும் என்பதெல்லாம் இல்லை. அந்தளவுக்கு நான் சிறப்புத் தகுதி கொண்டவனும் அல்லன். அவன் அறையில் தங்கியிருக்கும் ஒரு சிறு துரும்பாகிய நான், தனக்கு நேர்ந்ததற்காக அவன் வஞ்சம் தீர்க்க முடிவெடுக்கையில் அவன் கைகளுக்கு எட்டும் அருகில் இருக்கிறேன். அவ்வளவுதான். நான் சிறுவனாக இருக்கும்போது, அப்பா தன்னுடைய சர்வாதிகாரத்தை நிலைநிறுத்தும் பொருட்டு என் தலையின் பின்னால் ஓங்கி அடிப்பார். அப்போது எங்களுடைய விசுவாசமான நாயின்

டிமிட்ரி வெர்ஹல்ஸ்ட்

மூஞ்சியில் இரு உதைவிட்டு ஆறுதலடைந்துகொள்வேன் என்பதை மறுக்கமுடியாதுதான். அது எனக்குள் நல்லவிதமான மாற்றத்தையே ஏற்படுத்தியது. இப்போதோ, இங்கிருக்கும் அனைவரையும்விட நான்தான் சிறந்த பிராணிகள் விரும்பி.

அப்புறம், ஒரு முறை இறந்துவிட்டால் அது இறப்புதான் என நம்புகிறேன். இதற்குப் பிறகு மீண்டும் ஒருமுறை புகலிடத்துக்கு விண்ணப்பிக்க வேண்டிய எதிர்பாராத நிலைக்கெல்லாம் என்னை ஆளாக்க வேண்டாம். கடவுள் தன்னுடைய இந்த நிரந்தர விளையாட்டு மைதானத்தை, இக்கிரகத்தின் மாதிரியாக உபயோகிப்பாரென்றால், மேலுலகு ஒரு பெரிய அதிகார வர்க்கக் குழப்படியாக இருக்கும் என்பதை என்னால் உயிரையே பந்தயம் வைத்துச் சொல்லமுடியும். எத்தனை படிவங்களை நான் பூர்த்தி செய்ய வேண்டி யிருக்கும்? எத்தனை முத்திரைகள் பெற வேண்டியிருந்திருக்கும்? இந்த ரஷ்ய மொழி மட்டுமே பேசும் தேவனுடன் இந்தச் சின்னஞ்சிறிய அறையைப் பகிர்ந்துகொள்ளும் முன் எத்தனை செயற்குழு உறுப்பினர்கள் தங்கள் கோப்பையிலுள்ள காப்பியை என் கோப்புகளின்மீது சிந்த வேண்டியிருக்கும்? அதாவது, இவையெல்லாம் வாழ்வில் ஏற்கெனவே நடந்து முடிந்துவிட்டன. நன்றி. ஆனால் மீண்டும் வேண்டாம், நன்றி. பிறகு பார்க்கலாம்.

நம்மை யார் கொலை செய்யப்போகிறார்கள் என்று உறுதியாகத் தெரிந்துகொள்வது ஒரு விதத்தில் பரவாயில்லை. சற்றுத் தெளிவு கிடைக்கும். ஆனால் அதனாலெல்லாம் சாவதற்கு நான் தயாராகிவிட்டேன் என்று அர்த்தமில்லை.

அது திகில் நிறைந்த இரவு. ஒவ்வொரு இரவும் அச்சம் நிறைந்ததாக இருந்தது. கீழடுக்குப் படுக்கையிலிருந்து, இகார் உறங்கிவிட்டான் என்று உறுதியாகத் தெரிந்துகொள்ளும்வரை அவன் படுக்கையையே கொட்டக்கொட்ட விழித்துப் பார்த்து நான் களைத்துப் போய்விட்டேன். அவன் அவ்வளவு விரைவில் உறங்கப்போவதுமில்லை, ஏனென்றால் எங்கள் வளாகம் மீண்டும் டிஸ்கோ அரங்கம்போல இரைச்சலாகிவிட்டது. கொசாவா குழந்தை பாலுக்காக மீண்டும் கத்தத் துவங்கி விட்டான். முப்பதாயிரம் தண்டால் எடுத்துக் களைத்துச் சரிந்தால் மட்டுமே இந்தச் சூழலில் உறக்கம் வரும். அது முட்டாள்த்தனமாகத் தெரியும் என்ற காரணத்துக்காக அப்படி நான் செய்வதில்லை. அதனால், எழுந்துபோய் மக்ஸூத் தங்கியிருக்கும் அறைக் கதவைத் தட்டினேன். இரவோ பகலோ

எந்த நேரத்திலும் அவன் விழித்தே இருப்பான் என்று எனக்கு நன்றாகத் தெரியும்.

நிறையப் பேருக்கான, அதுவும் இனிமேல் ஏற்படுத்திக் கொள்ளப்போகும் நண்பர்களுக்காகவும் தேயிலையை அவன் சேமித்துவைத்திருந்தான். அதிலிருந்து இரண்டு தேயிலைப் பைகளை எடுத்து மாலை அவன் தன் கால்களைக் கழுவ உபயோகித்த கோப்பையிலிருந்த வெந்நீருக்குள் போட்டான். நாங்கள் அதைப்பற்றிப் புகார் சொல்வதில்லை.

ஒருவேளை, அவனுக்குச் சீட்டு விளையாட வேண்டும்போல உள்ளதோ? என்னால் ஏழு சிகரெட்டுகளைப் பிணைவைக்க முடியும்.

ஆம், இப்போது அதைப்பற்றிப் பேச்சு எழுந்துவிட்டதால் அவனுக்கும் விளையாடினால் ஒன்றும் பிரச்சனையில்லை எனத் தோன்றியது. மக்ஸூத்துக்கு ஒரு வேடிக்கையான ஆட்டம் தெரியும். ஏதோ பாகிஸ்தானி விளையாட்டு.

ஒரு பாப் பாடகன் ஆகக்கூடிய அளவிற்கு மக்ஸூத் ஆங்கிலம் பேசுவான். பின்னொரு நாளில் இந்த ஊரில் இரவுநேர அங்காடி வைத்து நடத்தவோ அல்லது மதுபான விடுதிகளுக்கு முன்னால் நிற்கும் குடிகாரக் காதலர்களுக்கு ரோஜாப்பூக்களை விற்கவோ அவனால் முடியும். அவையெல்லாம் அவனது எதிர்காலத்துக்கான பொருத்தமற்ற வாய்ப்புகள் என்று சொல்ல முடியாது. ஆனால் சீட்டு விளையாட்டைப் புரிந்துகொள்வது மட்டும் அவனது மூளைக்கு அப்பாற்பட்ட செயல்.

அவனே பந்தயத்தை ஆரம்பித்தான். என்றோ தனது முதுகுப்பையில் திணித்து வைத்துக்கொண்டு, இருபதுக்குக் குறையாத தேச எல்லைகளைக் கடந்து அவன் தன்னுடன் கடத்திக் கொண்டுவந்திருந்த அந்தச் சீட்டுக் கட்டுகள் நிர்வாண மங்கைகளின் படங்களால் அலங்கரிக்கப்பட்டிருந்தன. நாங்கள் என்ன விளையாடுகிறோமென்று இருவருக்குமே புரியாத நிலையிலும் மக்ஸூத் சீட்டுக்கட்டு மங்கைகளைக் குலுக்கிப் போட்டான், என்னை முதலில் சீட்டை எடுக்குமாறு சொன்னான்.

நான் ஒரு சீட்டை இறக்கினேன். நான்கு, ஹார்ட்டின். சிவப்புத்தலையுடன், கழுத்தைச் சுற்றிப் பாம்புடன் இருந்தாள்.

அதை ஒரு குட்டிக்கரணக் கோலத்திலிருந்த கிளுகிளுப்பான மங்கையால் மூடினான். அது பத்து ஸ்பேட் சீட்டு.

நான் ஒரு டயமண்ட் ஜேக் சீட்டை அலட்சியமாக வீசி (ஐரோப்பிய திருமண ஏற்பாட்டு நிலையங்களில் விற்கப்படும் சீனப் பொட்டலங்கள் போல) பின் சீட்டுகளைத் திறந்து காட்டினேன். அவனிடமிருந்து எந்த எதிர்வினையுமில்லை.

ஆனால், நீண்ட மௌனத்திற்குப் பிறகு, 'வாழ்த்துகள்' என்று கூறினான். அவன் ஏதாவது சொல்ல வேண்டுமென்று நான் விருப்பப்பட்டதாக அவன் நினைத்துக்கொண்டான் போலிருந்தது. எனது செயல் ஏன் வாழ்த்துக்கு உரியது என்று எனக்கும் தெரியவில்லை. ஏனென்றால் சிறுவன் ஒருவன் கையில் பியர் குப்பிகள் வைக்கும் அட்டைகளை விசிறிபோலக் கையில் வைத்துக்கொண்டு போக்கர் விளையாடுவதாக எண்ணிக்கொண்டு என் மூளையில் முதலில் என்ன தோன்று கிறதோ அதைத்தான் செய்வேன்.

இந்த விளையாட்டின் ஒரே ஒரு சாதாரண, எளிய விதிமுறை எனக்கு உறைக்கும்வரை அது நெடுநேரம் தொடர்ந்து கொண்டே இருந்தது. போடப்படும் சீட்டுகளைப் பொறுக்கி எடுக்கக்கூடிய அளவு சக்தி யாருக்கு இருக்கிறதோ அவருக்கு வெற்றியின் அந்த யுக்தி பிடிபட்டுவிடும். எல்லாமே ஒரே விஷயத்தில் வந்துநிற்கும். உடன் விளையாடுபவர்கள் மீது கொஞ்சம்கூட இரக்க உணர்வு வரக்கூடாது. பாலர் பள்ளியில், உளவியல் நிலையங்களில், போதை மீட்பு மறுவாழ்வு மையத்திலும் அகதிகள் புகலிடத்திலும் விளையாட மிக உகந்த விளையாட்டு.

மக்ஸுத்தின் அறைத் தோழன் தாஸ் முன்னாள் ஈழத் தமிழ் விடுதலைப் புலி. அங்கே ஓர் ஓரத்தில் அமர்ந்து கத்தோலிக்கப் பிரார்த்தனைகளை இடையறாது சொல்லிக் கொண்டிருந்தான். ஒரு வேளை அதுகூட உதவலாம், யாருக்குத் தெரியும்? தாஸின் கிராமத்தில் எப்போதாவது Congregatio Ejaculati Cordis Mariae என்னும் பெயர் கொண்ட ஏதோ ஒரு சபையைச் சேர்ந்த கிறித்துவ சமயப் பரப்பாளர்கள் வந்து தங்கியிருந்திருக்கலாம். அவர்கள் குடில்களையும் பள்ளி களையும் கட்டித்தந்தார்கள், உள்ளூர்க்காரர்களைப் புணர்ந்தார்கள். குழந்தைகளை அந்த ஒரே ஒரு உண்மையான மதத்திற்கு மாற்றினார்கள். அவனுடைய கிறுக்கு மந்திர உளறல்கள் எனக்குப் பெரும் எரிச்சலை ஏற்படுத்தின. இந்த வாழ்க்கையின் அழகுகளுக்காக இப்படியே அவனுடைய கடவுளுக்கு நன்றி சொல்லிக் கொண்டிருந்தானென்றால் எழுந்து அங்கு போய் அவன் புட்டத்தில் ஒரு உதை விடப்போகிறேன். கடவுளுடன் யாரும் தொலைபேசியில் பேசுவதை, அதுவும் இப்படிக் குறிப்பாக இரவு நேரக் கட்டணச்

பிராப்ளம்ஸ்கி விடுதி

சலுகையில் பேசுவதை நான் கண்டுகொள்வதில்லை. அது அவர்கள் பாடு. ஆனால், தயவுசெய்து, விரைவாக முடித்துத் தொலையுங்கள். யாராவது அந்நியர்களின் அந்தரங்க உரையாடலைக் கேட்பது எனக்குத் தர்மசங்கடமாக இருக்கும். அதேவேளை, மக்ஸூத் அழத் தொடங்கியதைப் பார்த்ததும், அங்கு சென்றதற்காக உண்மையிலேயே வருத்தப்படத் தொடங்கினேன். தன் பக்கவாட்டில் *MZ* பத்திரிகை கவிழ்ந்து கிடக்க இகார் இந்நேரம் ஆழ்ந்த உறக்கத்திற்குப் போயிருக்கக் கூடும். இந்த அறையில் என்ன செய்துகொண்டிருக்கிறேன் நான்?

இப்போது மக்ஸூத் தன் அழுகையால் என்னைத் தொந்தரவு செய்ததற்கு அவன் பங்குக்கு வருத்தப்படத் துவங்கினான். உண்மையிலேயே வருத்தப்பட்டான். மண்டியிட்டு அமர்ந்து மற்றுமொரு தேநீர்ப் பையை அந்தக் கால் கழுவும் வெந்நீருக்குள் போட்டான்.

‘பைத்தியக்காரத்தனமாகப் பேசாதே, ஒரு பிரச்சனையுமில்லை. இங்கே உட்கார்ந்து நீ இளித்துக் கொண்டிருந்தால்தான் எனக்குக் குழப்பமாக இருந்திருக்கும்.’ மக்ஸூத்தின் நாடகத்திற்கு வேறு எப்படித்தான் எதிர்வினையாற்றுவது?

அவன் ஒரு தூக்க மாத்திரைகள் நிரம்பிய பேழையைக் காட்டினான். மாத்திரையின் பெயர் கவித்துவமானதாக இருந்தது. எவ்வளவு அபாயமோ அவ்வளவு அழகு. அரைப் பேழையை வாயில் கவிழ்த்தால்தான் அவனால் உறங்கமுடியும். உறங்க முடிவதென்பது விஷயமல்ல, உறங்க விழைவது, உறக்கத்தைத் தைரியமாக எதிர்கொள்வதுதான் இங்கு பெரிய விஷயம். சில வேளைகளில் உடலெல்லாம் வியர்வையில் தொப்பலாக நனைந்தபடி கத்திக் கொண்டே, ஒரு இலையைப்போல நடுங்கிக் கொண்டு எழுந்துவிடுவான். அப்போது அவன் நினைவில் காஷ்மீருக்கே மீண்டும் திரும்பியிருப்பான். *JKLF* அணிக்கு வாக்களித்ததற்காக ஒரு கொட்டடியில் அடைக்கப்பட்டிருப்பான்.

மக்ஸூத்தின் கண்களில் வெள்ளைப் படலமே இல்லை. அவன் கண்ணின் கருவிழிகள் செந்நிறமாக இருக்கும். அவனுடைய சொந்த நாட்டின் சிறைக் காவலர்கள்தான் அந்த வண்ணம் பூசும் நுணுக்கத்தைக் கண்டுபிடித்தவர்கள். நகருக்கு ஒதுக்குப்புறமுள்ள மலிவான அடுக்கத்தின் மிகச்சிறிய மின்தூக்கிக் கூண்டு போன்ற இருண்ட சிறைக் கொட்டடியில், கழிவறையில் பொருத்தப்படும் பைன் மரத்தின் வாசனை கசியும் நறுமணமூட்டிபோல மிளகுப்பொடிக் காந்தல் கசியும் கருவியும் பொருத்திவைக்கப்பட்டு, அங்கே பதினைந்து

நாட்கள் ஒருவனை அடைத்துவைத்தால் அப்படி ஆகும். அவனுடைய அத்தனை கனவுகளும் பதினைந்து நாட்கள் மட்டுமே உயிருடன் இருந்தன.

அவனுடைய துர்க்கனவுகள் அந்தச் சிறைக்கும் அப்பால் நடந்தவைகளால் ஏற்பட்டவை. அவனுடைய சிவந்த கண்களின் எதிரேயே அவனுடைய அப்பாவை அணுஅணுவாக வதைத்துக் கொல்வதைக் காண்கிறான். அப்படிச் செய்கையில் அவர் மயக்கமடைந்துவிடக் கூடாதென்பதில் கவனமாக இருந்தவாறு சித்திரவதையைத் திறமையாகக் கையாண்டார்கள். அவருடைய குழந்தைகளுக்கும் அதே கொடுமை நிகழ்வதைக் காண்கிறார். அவருடைய மனைவியைச் சமையலறை மேசையில் கட்டிப் போட்டுவிட்டு, அவளைச் சுற்றிலும் காவலர்களும் உள்ளூர் நகரசபை உறுப்பினர்களும் அணிவகுத்து நின்றுகொண்டு யார் அவளை முதலில் புணர்வது என வாதிட்டுக்கொண்டிருப்பதை யும் பார்க்கிறார். அதன் பின், அவர்களின் அணித் தலைவன் தன் வாயில் அவளது யோனியின் சதைத் துணுக்கைப் பல்லிடுக்கில் வைத்துக்கொண்டு மயிலைப்போலப் பீடு நடை போட்டுக்கொண்டு வருவதையும் பார்க்கிறார்.

'எனது பட்டனைத் தொட்டுப் பாருங்கள்!'

மேடு பள்ளங்கள். தங்கள் பொம்மைக் காருடன் விளையாடச் சிறுவர்கள் தேடும் சாகச வெளி, மேக்னம் பத்திரிகை ஆசிரியரின் மனதை வெல்லலாம் என்னும் நம்பிக்கையில் எடுக்கப்படும் புகைப்பட நிபுணரின் கனவுப் படம்.

'இது துப்பாக்கி முனையிலிருந்து வந்தது. உள்ளிருந்த குண்டு களை மருத்துவர் குடைந்து எடுத்த நாளிலிருந்து, என் வயிறு பின்னல் வேலையின் வடிவத்தைப்போலத் தோற்றமளித்தது.'

அங்கு அமைதி நிலவியது. அதற்குமேல் யோசிக்க எனக்குத் துணிவில்லை. கடவுளுக்கு நன்றி சொல்வதை தாஸ் நிறுத்தி விட்டான். என்ன சொல்வதென்றே தெரியாமல் நின்றிருந்தேன். என் பங்குக்கு நானும் பல கோரங்களைப் பார்த்திருக்கிறேன், முகத்தில் பலமாக முட்டியால் குத்துப்பட்டிருக்கிறேன். ஆனால் எனது குடலை யாரும் இதுவரை கிழித்துத் திறந்ததில்லை. அப்படி இருந்திருந்தால் நானும் என் சட்டையைக் கழற்றி, துப்பாக்கிக் குண்டு பாய்ந்த தழும்புகளை ஒப்பிட்டு உற்சாகமாக மக்ஸூத்திடம் பேசியிருப்பேன். 'அதுபோன்ற துயரமான ஆழ்ந்த இரவுகளில் என்ன செய்வாய்? கிழக்குப் பகுதியின் அனைத்து அகதிகளிடமும் அவனுக்கு ஏன் வெறுப்பு என்பதை

அறிந்துகொள்ள வேண்டுமென்று உறுதியாக இருந்தேன். அவனுடைய பார்வையில் இந்தப் பயணத்திற்கு அவர்கள் தகுதியற்றவர்கள் 'அவர்கள் வாழும் சிறிய பொந்தில் ஹேம்பர்கர் கடை இல்லையென்ற காரணத்தால் தங்கள் வாழ்வைக் கொடிய வறுமை பீடித்திருக்கிறது என்றெண்ணிக்கொண்டு முதுகில் பையைச் சுமந்துகொண்டு கிளம்புவதை நியாயப்படுத்து கிறார்கள். 'பொருளாதார அகதிகள்' என்னும் வார்த்தையே இங்கு ஒரு வசைச் சொல். ஏனென்றால் ஒரு நாளுக்கு இரண்டு வறண்ட ரொட்டித் துண்டுகளை உண்டு வாழ்க்கைத் தரத்தை மேம்படுத்திக் கொள்வதென்பது உலக மனித உரிமைச் சட்டத்தின்படி அங்கீகரிக்கப்படவில்லை. ஜெனீவா ஒப்பந்தம் சொல்வது இதுதான்; நீ வறுமையில் சாகலாம், ஆனால் குண்டடி பட்டுச் சாகக்கூடாது. ஏனென்றால் அப்படிச் சாவது ஜனநாயகத்திற்கு அவமானம் தரக்கூடியது.

'நான் போய்ப் படுக்கையில் விழுவதே நல்லதென்று நினைக்கிறேன்' அந்த வார்த்தைகள் எனக்கே படு அபத்தமாகத் தெரிந்தாலும் அதைவிட வேறெந்தப் பொருத்தமான வார்த்தை களில் அதைச் சொல்வது எனத் தெரியவில்லை. சீட்டுகளைச் சேகரித்துத் தனது பைக்குள் வைத்தான் மக்ஸூத்.

"நீ எனக்கு ஏழு சிகரெட்டுகள் தர வேண்டும்" என்றான் மக்ஸூத். "நீ தோற்றுவிட்டாய்." பெரும் நட்டங்கள் ஏற்படும்போது ஏன் அப்படி ஏற்பட்டது என்று தெரியாததுபோல இப்போதும் யாருக்கும் தெரியவில்லை.

துயர்மிகு குழந்தைகள்தான் நமது எதிர்காலம்

ப்ரோசினேக்கியின் மகன் இன்று பள்ளியிலிருந்து பிரகாசமான புன்னகையுடன் திரும்பிவந்தான். அவனுடைய முகத்தின் சரி பாதி பாகம் குண்டுவீச்சில் சிதைந்துபோனது மிகவும் அவலமானது. இல்லையென்றால் எப்போதும் புன்னகை நிலைத்திருக்கும் ஒரு அழகான முகம் கொண்ட பாலகனாக அவன் இருந்திருப்பான். அந்தக் குட்டி ராட்சஷனின் பெயர் ஸ்டீப்பே. அவனுக்கும் அவன் துயரங்களுக்கும் ஒரே வயதுதான். என்னுடைய துர்பாக்கியத்தால் எப்போதாவது நான் ஒரு குழந்தைக்குத் தந்தையாகிவிட நேரிட்டுவிட்டால் அந்தக் குழந்தை ஸ்டீப்பேபோல இருக்கும்பட்சத்தில் கொஞ்சம் ஆறுதல் கிடைக்கும். ஆனால், நிச்சயமாகச் சிதையாத முழுமையான முகத்தோடுதான்.

ஸ்டீப்பே திறமையான சிறுவன். நரகத்தில் பிறப்பது திறமையாயிருக்கும் வாய்ப்பை அதிகரிக்கக் கூடுமென்றால் அதை இப்போது நம்பத் தயாராக இருக்கிறேன். திறமை என்பது சேற்றில் மலரும் மலர். குழந்தைகள் மனநிலை ஆலோசகர் சொல்வதுபோல, ஒவ்வொரு மாலையும் தனது வண்ணப் பென்சில் பெட்டியைக் கையிலெடுத்து, கடந்தகாலத்தைத் தீட்டுவது அவன் மட்டுமல்ல. அங்குள்ள அனைத்துச் சிறுவர்களுமே வெடிகுண்டுகளும் கத்திகளும் அரிவாள்களும் சூழ உள்ள கோரச் சித்திரங்களையே வரைவார்கள் – கணிக்கக்கூடிய மையக் கருத்து. அப்படிப் பார்க்கையில் ஸ்டீப்பேயும் மற்றவர்களிடமிருந்து விதிவிலக்கல்ல. அவனும் பச்சை வண்ணப் பென்சிலைவிடச் சிவப்பு நிறப் பென்சிலையே அதிகம்

நாடுவான். ஊசிமுனை போன்ற கூர்கொண்ட பென்சிலால் அவன் வரையும், அல்லது செதுக்கும் அந்தக் காயங்கள் மற்றவர்களின் சின்னஞ்சிறு சிறப்பான படைப்புகளைவிட அதிகம் உணர்ச்சி நிரம்பியவை என்று கூறமுடியாது. ஆயினும் அவனுடைய ஒருங்கமைவு ஏதோ ஒரு வகையில் சற்று புத்திசாலித்தனத்துடன் இருப்பதை என்னால் காணமுடியும். எதையும் தனிக் கண்ணோட்டத்துடன் உணரக்கூடியவன். அவனுடைய வயதிற்கு, நல்ல சதுரங்க விளையாட்டு விளையாடுபவன், மேசைப்பந்து விளையாட்டிலும் ஓரளவு திறமையுள்ளவன், அவனால் ஒரு ராகத்தைக்கூடச் சரியாகப் பிடிக்கமுடியாவிட்டாலும் பாடுவதில் மிக நாட்டமுள்ளவன். அவன் பாடும்போதெல்லாம் சுருதி பிசகியே இருக்கும். சொல்லப்போனால் அவன் பாடுவதே இல்லை என்பேன். எரிச்சலூட்டும் நடத்தைகொண்ட சிறுவர்கள் சேர்ந்திசைக் குழுவில் பாடுவது எனக்குக் கண்ணீரையே வரவழைத்துவிடும்–தேய்வழக்குகளானாலும் கலை சார்ந்த கூற்றுகள் எனக்குப் பிடித்தமானவை. பின்னொரு நாளில் தெருவோரம் தனது இசைக்கருவியில் கண்ணீர் வரவழைக்கும் துயர்மிகு பாடல்களை இசைக்கையில் மேலும் ஒரு டப்பா நாயுணவை அவனால் வாங்கிக்கொள்ள முடியும்: சதைக் கோளத்தால் அடைக்கப்பட்ட முகத்தையுடைய தெருப் பாடகனால் மேலும் சிறப்பாகச் செயல்பட முடியும். எப்படியோ, எனக்கு அவனைப் பிடிக்கும், தன்னுடைய முகத்தின் திருத்தமான ஒரு பகுதிக்கும், பள்ளமான மறு பகுதிக்கும் இடையே பாலம் அமைத்ததுபோலப் புன்னகை சிந்தும் முகத்துடன் பள்ளியிலிருந்து வந்தவனைக் காண்பது என் மனதிற்கு இதமாக இருந்தது.

சிறுவர்கள் கட்டாயமாகப் பள்ளி செல்ல வேண்டும் என்பது பெல்ஜியம் நாட்டின் விதிமுறை. அதன் விளைவாக அவர்கள் அங்குள்ள மூத்தவர்களைவிடத் துடுக்குத் தனத்திலும், வசவுச் சொல்லைக் கற்றுக்கொள்வதிலும் தேர்ந்தவர்கள். ஸ்டீப்பேயின் மொழிப் புலமையில் புதிதாக இணைந்திருப்பது ‘ஃபக் யூ’. தனது சொல்லகராதியின் வளர்ச்சியில் அவனுக்கு ஏகப் பெருமிதம். வாரநாட்களில், முதிர்ந்த வயதுடையவர்களை விடச் சிறுவர்கள் அரை மணி நேரத்துக்கு முன்பாகவே படுக்கையிலிருந்து இழுத்துச் செல்லப்படுவார்கள். அப்போதுதான், உள்ளூர் அரசுப் பள்ளிக்குச் செல்லும் பொதுப் போக்குவரத்திற்கு அவர்களை அழைத்துச் செல்லவரும் சமூக ஆர்வலர் வரும் முன்னே புத்தகப் பையைத் தயார்செய்து காத்திருக்க முடியும். ஒரே குழுவாக இல்லாமல் கலைந்துசெல்லும் விதிமுறைப்படி அவர்கள் அனைவரும் வெவ்வேறு பள்ளிகளுக்குச் செல்கிறார்கள். மற்ற செயல்பாடுகளைப் போலவே இதுவும் எங்கள் நலனுக்காக என்று கூறப்படுகிறது. புகலிடத்தில் வசிக்கும் குழந்தைகள்

அனைவரும் ஒரே வகுப்பில் இருந்தால், அவர்கள் மற்றவர்களுடன் ஒருங்கிணைய ஆர்வம் காட்டமாட்டார்கள் என்னும் காரணம் அதில் உள்ளது. ஒருவேளை அது உண்மையாகவும் இருக்கலாம்.

வகுப்பின் கடைசி பெஞ்சில் அமர்ந்துகொண்டு ஸ்டீப்பே தன் பேனாவின் முனையை மென்றுகொண்டிருக்கத்தான் அந்த ஏற்பாடு வழி வகுத்தது. அவனுடைய வகுப்புத் தோழர்கள் மிகவும் எளிய சொற்களால், மெதுவாக, சாதாரண டச்சு பேசப் பிரயத்தனம் எடுத்துக்கொண்டாலொழிய அவனுக்கு டச்சு மொழி புரியாது. விளையாட்டு மைதானமும் கால்ப்பந்தும்தான் அவர்களுக்கிடையே இருந்த ஒரே பொதுமொழியாக இருந்தது. தன் கல்வியிலிருந்து அவன் கற்றுக்கொண்ட ஒரே விஷயம், பெல்ஜியம் நாட்டினரால் கோல் போடுமளவு பந்தை உதைக்க முடியாதென்பதுதான். ஸ்டீப்பே மிகத் துல்லியமாக அதைக் கையாளுவான். பெல்ஜியர்கள் பந்தை மனிதர்களை உதைப்பதுபோல உதைக்கிறார்கள் என்று குறிப்பிடுவான். அவன் திறமைமிக்கவன் என்று ஏற்கெனவே சொன்னேன் அல்லவா.

ஆனால் அவனுக்கு எழுதப் படிக்க வராது. வகுப்பில் பாடங்கள் அவன் புரிந்துகொள்ள இயலாத அளவில் மிக வேகமாக நடத்தப்படுவதால், பேனாவிற்குள் பற்களை மூழ்கடித்துக்கொண்டே பாட வேளை முடியும் மணி அடிக்கும்வரை ஆசிரியரை வெறித்துப் பார்ப்பதைத் தவிர அவனுக்குச் செய்வதற்கு வேறு வேலையே இல்லை. ஸ்டீப்பே பவம், அவனுக்கு அவர்கள் செய்வது சரியல்ல, அவன் இடத்தில் நான் இருந்திருந்தால், நாள் முழுவதும் வெறித்துப் பார்ப்பதுக்கென மட்டுமே இருக்கும் ஆசிரியைக்குப் பதிலாக வேறொரு ஆசிரியை வேண்டுமெனக் கோரிக்கை வைத்திருப்பேன். அண்மையில் ஒருமுறை ப்ரோசினெக்கி அவனுடைய பள்ளியில் நடந்த பெற்றோர் ஆசிரியர் சந்திப்புக்கு என்னைச் செல்லுமாறு கேட்டுக்கொண்டபோது அந்த ஆசிரியையைப் பார்க்கும் வாய்ப்புக் கிடைத்தது. அவள் தன்னுடைய உதட்டுச் சாயத்தைப் பயன்படுத்தும் முறையில் ஸ்டீப்பே வண்ணப் பென்சில்களை உபயோகித்திருந்தால் நிச்சயமாக ஓவியத் தேர்வில் தோல்வியடைந்திருப்பான். என்னைக் கேட்டால் தொலைக்காட்சி முன் அமர்ந்து பின்னல் வேலைப்பாடுகள் செய்வதே அவள் பொழுதுபோக்கு என்று சொல்வேன். அந்தப் புகழ்பெற்ற பெற்றோர் சந்திப்பு மாலை யில், ஸ்டீப்பே பற்றிச் சொல்ல அவளிடம் ஏதுமில்லை. அவளுக்கு என்ன தெரிந்துவிடப் போகிறது? அந்த பாலகன் கடைசி வரிசையில், மனங்கவர் ஐரோப்பிய வரைபடத்தின் கீழ் அமர்ந்தபடி பேனாவைச் சப்பிக்கொண்டு அவளையே வெறித்துக்

பிராப்லம்ஸ்கி விடுதி

கொண்டிருப்பான் எனத் தெரியுமா? ஓவியம் வரைவதில் அவன் சிறந்தவன். உடற்பயிற்சியிலும்தான். (கிழக்கு நாடுகள் முழுவதும் அழிக்கப்பட்டுவிட்டது பெரிய அவலம், ப்ரோசினேக்கி, இல்லையேல் நிச்சயமாக உங்கள் மகன் ஒலிம்பிக் விளையாட்டில் பிரகாசித்திருப்பான். அவனுடைய ஜிம்னாஸ்டிக்ஸ் அது எனக்கு மிக விருப்பம்) எழுத்திலும் வாசிப்பிலும் எப்போதும் தேர்ச்சி நிலைக்கும் குறைவாகவே இருப்பவன், கணக்கு மட்டும் எப்படியோ சமாளித்துக்கொள்வான். அவனுக்காக அதிக நேரம் தர இயலாததற்கு அவள் வருத்தப்பட்டாள். ஆனால், நான் புரிந்துகொள்ள வேண்டும்–பாருங்கள், உங்களுக்குத் தெரியும், புரிந்துகொள்வீர்கள் அல்லவா, மிஸ்டர். ப்ரோசினேக்கி– இந்தச் சிறுவனுக்கு வினைச்சொல்லை எப்படி இணைப்ப தென்று சொல்லித் தருவதால் என்ன பயன்? யோசித்துப் பார்த்தால், இன்றிலிருந்து மூன்று வாரங்கள் கழித்து இந்த நாட்டை விட்டே அவனை வெளியேற்றி விடுகையில், டச்சு மொழியின் ஒரு வார்த்தையைக் கூட மீண்டும் அவன் கேட்கப்போவதில்லை. அவள் வகுப்பில் மேலும் முப்பத்து நான்கு குழந்தைகள் உள்ளன. அவர்களில் சிலர் தொட்டிமீன் அளவுகூட அறிவுத் திறனற்ற மரமண்டையாக இருந்தாலும், அவர்களது சிறிய மண்டையைக் குடைந்து கொஞ்சமாவது விவரங்களைத் திணிப்பதில் ஏதேனும் அர்த்தம் உள்ளது.

நாங்கள் பார்த்தோம், நாங்கள் அறிந்துகொண்டோம், நாங்கள்– புரிந்துகொண்டோம்.

ஸ்டீப்பே மிகக் களைப்புற்றுத் தளர்ந்தவன்போல அன்று பள்ளியிலிருந்து வந்தான். சில வேளைகளில் அவனைப் பேருந்து நிறுத்தத்திலிருந்து அழைத்துவருவதற்காக நான் போகும்போது, மிதமிஞ்சிய களைப்பில் மயங்கி விழுந்துவிடுபவன் போன்ற தோற்றத்தில் இருப்பான். ஆனால் அன்று அப்படியில்லை. அவன் புன்னகைத்துக்கொண்டிருந்தான். அது மிகப் பெரிய ஆறுதலாக இருந்தது, ஏனென்றால் அன்று அவன் பிறந்தநாள். அவனது துயரங்களுக்குப் பத்து வயதாகியிருந்தது. அவனது மொத்த விரல்களின் வயது.

அவன் ஓவியங்களில் தெரியும் வெடிகுண்டுத் தாக்குதலின் பேரதிர்வு அவனுடைய வலது கண்ணைக் கபாலத்திலிருந்து பெயர்த்தெடுந்திருந்தது. அது அவ்வளவு மோசமானதல்ல என்று சொல்லலாம், ஏனென்றால் அப்படி நிகழ்கையில் வலி சற்றுப்பொறுத்து வரும். ஸ்டீப்பே, பழுப்புநிறக் கண்களைக் கொண்டிருந்தான் அல்லதுகொண்டிருக்கிறான், ஆனால் நீல

வண்ணக் கண்ணாடிக் கண்களே இருப்பிலிருந்தன. கொஞ்சம் நாகரீகமாகத் தெரிந்தாலும் அவனுடைய சாப்பாட்டு மேசை நண்பர்களின் பசியைக் கெடுத்து, அவர்கள் கண்ணாடி முன்நின்று நேரம் போக்கிக்கொண்டிருந்தார்கள். அன்று காலை புகலிட நிர்வாகம் அவனுக்குப் பழுப்பு நிற மாற்றுக் கண்ணைப் பரிசளித்தது. பரிசுகள் எப்போதுமே சிறுவர் சித்திரப் புத்தகமாகவோ அல்லது கரடி பொம்மையாகவோ இருக்கத் தேவையில்லை. ஸ்டீப்பே மட்டற்ற மகிழ்ச்சியுடன் இருக்க, மேலும் அன்று எல்லாமே சிறப்பானதாக நடந்தது. பள்ளியில் அவனுடைய வகுப்பு கால்ப்பந்து இறுதி ஆட்டத்தில் நுழைந்தது. அதில் வெற்றி பெறக்கூடிய கோலை அவன் போட்டான். மற்ற மாணவர்கள் அவனைத் தங்கள் தோள்களின்மீது அமரவைத்து மைதானத்தைச் சுற்றிவந்தார்கள். அதன்பின், பெல்ஜிய சம்பிரதாயத்துடன் அவன் பிறந்தநாள் கொண்டாடப்பட்டது. எனக்கு பெல்ஜிய மரபுகள் பற்றி அதிகம் தெரியாது, ஆனால் ஸ்டீப்பே அதைப் பற்றிச் சொன்னான். ஒவ்வொருவரும் அழுத்தமான, வண்ணப் பிசுபிசுப்புள்ள பேனா முனையால் பிறந்தநாள் வாழ்த்துகளை உனது உடம்பில் எழுத வேண்டும். அனைவரும் வாழ்த்துகளை எழுதி முடித்த பிறகு, உன்னைச் சுற்றி வட்டமாக நின்று கைதட்டுவார்கள். அவன் முதுகு, வயிறெங்கும் வாழ்த்துகள் இருந்தன, எனக்குப் பார்க்க வேண்டுமா என்று கேட்டான்.

ஸ்டீப்பே தனது பனியனைப் பெருமிதத்துடன் உயர்த்திக் காட்ட நான் படித்துப் பார்த்தேன். 'உன்னுடைய சொந்த நாட்டிற்கே திரும்பிப் போ, அழுக்குப்பிடித்த அந்நிய நாயே.'

'சரி, சரி, என்ன எழுதியிருக்கிறது? எனக்கு மொழி பெயர்த்துச் சொல்ல முடியுமா?' அவன் கேட்டான்.

'கால்பந்து வெற்றி வீரன் ஸ்டீப்பே!' நான் சொன்னவுடன் அவனது சிரிப்பு மேலும் விரிவடைந்தது. அதுதான் அவனுடைய சிறந்த பிறந்த நாளாக இருக்கும். அவன் ஒரு அருமையான, உற்சாகம் நிரம்பிய பையன்.

அப்படித்தான்,

நாங்கள் அனைவரும்

சொல்லிக்கொள்வோம்.

தவறான திசையைச் சுட்டிக்காட்டும் ஸ்வஸ்திகாவை வரைந்தவன் ஃபாஸிஸ்டாகத்தான் இருக்கக்கூடும்

மக்ஸூத் ஒரு உண்மையைக் கண்டுபிடித்து விட்டான். யுரேகா. அவனுடைய கோப்புகளை அலசி ஆராய்ந்த பின்பும், பெல்ஜியத்தின் சட்ட நுணுக்கங்களின் பாதியைக் கரைத்துக் குடித்த பின்பும் ஒரு பெல்ஜியனாக ஆவதென்பது நம்பமுடியாத அளவு எளிதான செயல் என்னும் முடிவை எட்டியிருந்தான். அதற்கு ஒரு பெல்ஜிய நாட்டுப் பெண்ணைத் திருமணம் செய்துகொள்ள வேண்டும். அவ்வளவே.

'பெல்ஹிசே'

அவனுக்குத் தேவையானதெல்லாம் ஒரு பெண் மட்டுமே, காதுகளும் மூட்டுகளும் முழுமையாக வழங்கப்பட்டிருந்தால் தேவலாம். அதன்பின் அவனுக்குச் சட்ட உரிமையோடு தங்கும் கோப்புகள் கிடைத்துவிடும். புகலிடம் தேடிவருபவர்களை விசாரிக்கும் அந்நியக் குடியுரிமைத் துறையில் அதன்பின் தொல்லை தரும் விசாரணைகளே இருக்காது, ஐந்து நிமிடங்கள் கூட நீடிக்காத நேர்காணலுக்கு மூன்று மணி நேரம் கால் கடுக்க நின்றபின், சொல்வதை

எல்லாம் தவறாகவே மொழிபெயர்த்துச் சொல்லும் ஒரு மொழி பெயர்ப்பாளருடன் உள்ளே சென்றால், முதல் கேள்வியைக் கேட்கும் முன்பாகவே முடிவை நிர்ணயித்து வைத்திருப்பார்கள். படுக்கையிலிருந்தபடியே தனக்குச் சட்டரீதியான குடியேற்றம் கிடைப்பது சாத்தியம் என்னும் விழிப்புணர்வை அடைந்த மக்ஸூத் உற்சாகத்தில் அன்றைய இரவு உணவில் ஒரு கவளம்கூட உண்ணவில்லை. மக்ஸூத் பதற்றமாக இருக்கும் நாட்களிலெல்லாம் எனக்கு மகிழ்ச்சி பொங்கும், ஏனென்றால் அன்று எனக்குப் போதிய உணவு கிடைக்கும். சூரை மீனும், அரிசிச் சாப்பாடும் என்று வற்புறுத்தினார் சமையற்காரர். இரண்டுமே எனது தட்டிலும், மக்ஸூத் எனக்குத் தந்த கிண்ணத்திலும் இருந்தன.

மீண்டும் உறுமுவதற்குள் வயிற்றில் கவனம் செலுத்தி உணவை அனுபவிக்கலாமென்று முடிவு செய்தேன். அதன்பின், மக்ஸூத்திடம், அவனுடைய குடல் உருவப்பட்டுத் தைத்திருக்கிறது, அவனுடைய கண்களைப் பார்த்தால் யாரோ இரண்டு கரண்டி ஸ்ட்ராபெர்ரி ஐஸ்கிரீமை அதன் விழிப் பள்ளத்திலிருந்து சுரண்டி எடுத்தது போலிருக்கிறது என்று சொல்லி, அப்படித் தோற்றம் கொண்ட ஆண்களுக்கெல்லாம் உண்மையிலேயே கிராக்கி இல்லை என்பத்தைத் தெளிவுபடுத்த வேண்டும். அதுவரை பாவம், கொஞ்ச நேரமேயென்றாலும் அந்த உதவாக்கரைப் பயல், தனக்கு விரைவில் ஒரு பெல்ஜியச் சிறுக்கியுடன் திருமணம் நடக்கப் போகிதென்றும் அவள் அவனுக்காக வெள்ளிக் கிழமைகளில் ஹெர்ரிங் மீனைப் பொறித்தும், ஒவ்வொரு ஞாயிற்றுக் கிழமையும் வறுவல் செய்ய ஏழெட்டு உருளைக் கிழங்குகளை வெட்டிக்கொண்டிருப்பாளென்ற மாயையிலும் வாழ்ந்துகொண்டிருக்கட்டும். ஏற்கெனவே அவன் டவுன் ஹாலில் அவனுடைய திருமணத்திற்குச் சாட்சியாக இருக்குமாறு என்னைக் கேட்டுக்கொண்டான். மகிழ்ச்சியாக.

காஷ்மீரத்து மைனர் பையனான மக்ஸூத் மனதில் இரவுநேர ஆட்ட விடுதிகளுக்குச் சென்றால் மேலை நாட்டுப் பெண்களின் மனதைக் கவர்ந்துவிடலாம் என்ற எண்ணம் இருந்தது. பொதுவான செயல்முறை என்னவென்றால், ஒரு பெண்ணைத் தேர்ந்தெடுக்க வேண்டும், அதன்பின் முகத்தில் நம்பிக்கையுடன் நெஞ்சை நிமிர்த்திக்கொண்டு அவளிடம் சென்று நேரமென்ன என்றோ அல்லது லைட்டர் இருக்கிறதா என்றோ கேட்க வேண்டும். அதன்பின் அவளுக்கு ஒரு மதுபானம் வாங்கித்தர வேண்டும். அங்கிருப்பதிலேயே விலையுயர்ந்த பானத்தை வாங்கி, அதில் ஒரு எலுமிச்சைத்

துண்டைச் செருகி, உறிஞ்சும் குழலையும் போட்டுத் தர வேண்டும். மதுவுடன் சேர்த்து. முழு போதையேறும்வரை, மேலைநாட்டுப் பெண்கள் அந்த நாட்டு ஆண்கள் போலவே பாவனை புரிவார்கள். மெல்லிசை ஏதாவது ஒலிக்கும் வரை காத்திருக்க வேண்டும். – காத்திருக்க விருப்பமற்றவர்கள் எப்போதும் ஒலிக்கும் அந்தக் கிளர்ச்சியூட்டும் இனிமையான பாடலை ஒலிக்கச் செய்யச் சொல்லலாம். அங்கு பணிபுரியும் இசை ஒலிபரப்பாளர்களுக்கு இருவரை இணைத்துவைப்பது ஒன்றுதானே வாழ்க்கையின் முக்கிய குறிக்கோள். – அதன்பின் ஆடல் கூடத்தில் இடுப்பை அசைத்து ஆடிக்கொண்டிருக்கையில் ஒரு கையை அவள் தோளைச் சுற்றிப் போட்டுக்கொண்டும், அதன்பின் புனிதமான மற்றொரு கையை அவளது கால் சராயுக்குள் நுழைத்து, மிக மெல்லிய குரலில் (மிகவும் உள்ளே போகாமல், உள்ளாடைப் பட்டிக்குச் சில அங்குலங்களே கீழே) உன்னைத் திருமணம் செய்துகொள்ளுமாறு கேட்க வேண்டும். முக்கியமான விஷயம் என்னவென்றால், ஒரு மேலைநாட்டுப் பெண்ணை இசையவைப்பதற்கு, அவள் புர்க்கா அணியத் தேவையில்லை, நீ அவளை ஒருபோதும் அடிக்கமாட்டாய், ஐந்து குழந்தைகளுக்கு மேல் பெற்றுக்கொள்ள அவளை வற்புறுத்தமாட்டாய், கழுவும் வேலைகளில் அவளுக்கு உதவி புரிவேனென்றும் நம்ப வைக்க வேண்டும். அவள் பதில் உறுதியான 'மாட்டேன்' என்பதாகத்தான் இருக்கும். ஆனால் மேலைநாட்டுப் பெண்களின் மாட்டேன் என்பது எப்போதும் ஆமாம் என்று சொல்வதாகத்தான் பொருள். அந்தத் தொடக்க நிலையைக் கடந்துவிட்டால் போதும், தேதி குறித்துவிட்டுத் திருமண ஆடைகள் தைக்க அளவு கொடுக்க வேண்டியதுதான்.

இந்த உறுதியான நாடகபாணிக் கோட்பாட்டின் அடிப்படையில் தன் முதல் வெற்றி வாகை சூட வேண்டிய படையெடுப்பில் நன்றாக அடித்துத் துவைக்கப்பட்டான் மக்ஸூத். ஆனாலும் உடைந்துபோன அவன் மணிக்கட்டு, அவன் யுக்திகள் தோல்வியுற்றன என்று அறுதியிட்டுக் கூறும் சான்றல்ல. அவனுடைய 'இலக்கு' ஏற்கெனவே இன்னொருவனின் உடைமையாக இருப்பதையும், அந்த இன்னொருவன் உடற்பயிற்சிக் கூடத்தில் தசைகளை முறுக்குபவன் என்பதையும், அவன் மக்ஸூத்தை விட வாட்ட சாட்டமானவன் என்பதையும் தீர விசாரிக்காமல் விட்டுவிட்டான். அவ்வளவுதான். ஆரம்பகாலப் பிரச்சனைகள் எல்லோருக்கும் உண்டுதானே.

இப்போதெல்லாம் உடைந்த கையில் உள்ள மாவுக்கட்டின் மீது கையெழுத்திடுமாறு சொல்லி பெண்களிடம் முதல்கட்டப் பேச்சைத் தொடங்குகிறான் மக்ஸூத். தன்னுடைய

வேட்டையாடும் சாகசப் பயணங்களின் துணையாகச் செல்லும் எனக்கும் முக்கியத்துவம் தரத் தொடங்கினான். மாதத்திற்கு ஒரு முறை கிடைக்கும் மாலை விடுப்பில் மட்டுமே கட்டுப்பாடு களை உடைத்து, பாலியல் இச்சைகளில் மிதக்கும் பெல்ஜிய இரவுக் கேளிக்கை விடுதிக்குள் செல்லும் வாய்ப்பு கிடைக்கிறது. அதுவும், திரும்பிவருகையில் மது அருந்திவிட்டு வரமாட்டேன் என்னும் கையொப்பமிட்ட வாக்குறுதியுடன்தான் வெளியே செல்ல அனுமதிக்கப்படுகிறோம். போகலாம் வா!

நடன அரங்கிலிருந்து ஒரு பெண்ணைத் தேர்ந்தெடுப்பது பெரிய பிரச்சனையல்ல. அந்த டிஸ்கோ அரங்குக்குள் நுழைவதுதான் மிகப் பெரிய பிரச்சனையே. எப்போதுமே நுழைவாயிலில் செங்கல் சுவர்போல ஓங்குதாங்கான ஒருவன் நின்றுகொண் டிருப்பான். அதிகாலை மூன்று மணியாக இருந்தாலும் சரி, பதினைந்து வருடங்களாக அந்த மூர்க்கனின் நெற்றியில் சூரிய வெளிச்சம் படாமலிருந்த போதும்கூட அவன் குளிர்க் கண்ணாடி அணிந்துகொண்டுதான் இருப்பான் – அங்கு நின்றுகொண்டே அர்த்தமற்ற காரணங்களை அடுக்கி உள்ளே செல்லவிடாமல் தடுப்பான். அது ஒரு தனியார் மன்றமென்றும் இடமேயில்லையென்றும் சொல்லுவான், நீ பொருத்தமற்ற காலணிகள் அணிந்திருக்கிறாய், உள்ளே போக வேண்டு மென்றால் மீசை முளைத்திருக்க வேண்டும், இன்று எல்லோரும் ஒட்டகச் சிவிங்கிபோல ஒரே மாதிரி உடை அணிந்திருக்க வேண்டும், நுழைவுக் கட்டணம் 800 பெல்ஜியம் ஃபிராங்க் (எதிர்காலத்து இருபது யூரோவாக இருக்கக்கூடும்), அதுவும் உறுப்பினர் அல்லாதோருக்கு 1200 ஃபிராங்க் என்றும் (104 லித்துவேனியன் லித்தாய், 108, 250 ரூமேனியன் லெய்) என்றெல்லாம் சொல்வான். அதேவேளையில், எதிர்கால மனைவிகளாகும் சாத்தியமுள்ள கவர்ச்சியான பெண்களுக்குக் கையசைப்பான். அவர்கள் ஒற்றைப் பணத்தாளைக்கூட அவன் உள்ளங்கையில் வைக்கமாட்டார்கள், நெருங்கிப்பார்த்தால் ஒட்டகச்சிவிங்கி வேடமும் இருக்காது, முகத்தில் மீசையும் இருக்காது. சுற்றுப்புறத்தில் அமைந்துள்ள ஒரே ஒரு இடத்தில் அந்த செங்கல் சுவரைத் தகர்த்து நாங்கள் செல்லக்கூடிய ஒரே கிளப்புக்குள் நுழைய மக்ஸூத்திற்குத் துணிச்சல் இல்லை. அவனுடைய மற்றொரு முஷ்டியையும் உடைத்துக்கொள்ள அவன் விரும்பவில்லை.

ஒட்டுமொத்த மனித இனமே அவன் வாழ்க்கையைத் தாறுமாறாகச் சீரழித்திருந்தபோதும் மனிதத்தின் மீதுள்ள நம்பிக்கையை இழக்காத அவன் பிடிவாதத்திற்கு நன்றி

சொல்ல வேண்டும். அவன் ஒரு அப்பட்டமான அப்பாவி – அதனாலேயே கணவனாகும் எல்லாக் குணங்களும் பொருந்தியவன். ஆனால் கணவனாகப் போகும் பாதையெங்கும் ஆபத்துகள் நிறைந்திருக்கின்றன என்பதை ஒருபோதும் அறியாத பேதை. ஏதேனும் மதுச் சாலையைக் கடந்துசென்றால், அவனது கோட்பாட்டின்படி அவனது எதிர்காலத் துணைவி அங்கே அமர்ந்து சலிப்புடன் சிகரெட் புகையை ஊதிக்கொண்டு, உதட்டுச் சாயத்தைச் சரிசெய்துகொள்ள அடிக்கடி மகளிர் ஒப்பனை அறைக்கு ஓடிக்கொண்டும் இருப்பவள். அந்த மதுச் சாலைப் பணியாளிடம் அவள் தன் பல்லைக் காட்ட, அவனோ தன்னுடைய வாடிக்கையாளர்கள் எப்போதும் பல்லைக் காட்டிக்கொண்டிருக்க வேண்டுமென்ற நோக்கத்தில் வேகமாக மதுவைக் கோப்பைகளில் நிரப்பிக்கொண்டே இருப்பான். அப்போதுதான் மக்ஸூத் அவர்களெல்லோருமே அவனது வருகைக்காகப் பல காலம் காத்திருக்கிறார்கள் என்னும் முடிவுக்கு வந்துவிடுவான். 'பார், இவர்கள் எல்லோரும் எவ்வளவு சினேகபூர்வமான மக்கள்?' என்பான்.

அது அடிக்கடி காணக்கிடைக்காத காட்சி, அதனால் ஆர்வமாக, 'எங்கே' என்று கேட்பேன்.

'அதோ, அந்த மதுச்சாலையின் கதவுக்குப் பின்னால், அவர்கள் நம்மைப் பார்த்துக் கையசைக்கிறார்கள்.'

'அப்படியே நடந்துகொண்டிரு மக்ஸூத், அப்படிக் கையசைப்பதின் பெயர் ஹிட்லர் சல்யூட்.'

அங்கு ஆயிரம் வகையான சல்யூட்கள் இருக்கின்றன, அதிகம் மக்களுடன் பழக விரும்பாத மேலைநாட்டு மக்கள் பொதுவாக ஒருவரையொருவர் உதாசீனப்படுத்திச் செல்லும் அந்த இடத்தில் மக்ஸூத் அந்த ஹிட்லர் சல்யூட்டை மிகுந்த சினேகத்துடனும் புன்னகையுடனும் திருப்பிச் செலுத்தினான். நானும் உன்னுடைய தாய்க்கும் சகோதரிகளுக்கும் என் ஹிட்லர் சல்யூட்டை உரித்தாக்குகிறேன். அதன்பின் பதினான்கு முரட்டுப் பயல்கள் பின்தொடர நடனத் திறமைகளைச் சோதனை செய்து கொள்ள வேண்டியிருந்தது. அப்படிப்பட்ட மதுச்சாலையின் பெயர் 'welkome.'

ஆனால் தனக்கென்று மனைவி மற்றும் கடவுச் சீட்டைப் பெறுவதில் குறி வைத்திருக்கும் நபர் அவ்வளவு விரைவில் தன் முயற்சியைக் கைவிடுவதில்லை. அன்று மாலை புகலிடத்திற்குத் திரும்பும் முன் ஒரு பெண்ணைச் சொந்தமாக்கியே தீருவது என்னும் முடிவுடன் இருந்தான் மக்ஸூத். இறுதியாக குளிர்க் கண்ணாடிக் காவல்காரன் இல்லாத ஒரு இடத்தைக்

கண்டுபிடித்துவிட்டோம். கதவில் ஒட்டியிருந்த விளம்பர அட்டை *'New wave Party'* என்று கூறியது.

நான் தவறாகச் சொல்லவில்லையென்ற பட்சத்தில் *New wave* என்பது மிகுந்த உணர்வெழுச்சியுடன் ஆடக்கூடிய பிரேசில் நாட்டு இசை வகையான *Bossa Nova* என்பதன் ஆங்கிலப் பெயர் ஆகும். இடுப்பை மட்டும் அசைக்கச் சொல்லும் அந்த வகை இசையானது மற்ற நாடுகளுக்குப் புற்றுநோய்க்கு அதிக செலவில்லாமல் குணப்படுத்தும் உலக வழிமுறைபோலத் தெரியும். ஆடும்போது கண்ணுக்குத் தெரியாத சாகச வளையம் உன் இடுப்பைச் சுற்றியிருப்பதாகக் கற்பனை செய்தபடி, பாலியல் சுரப்பிகளால் நனைந்தவர் போன்ற கிளர்ச்சிப் பார்வையை எதிரேயுள்ள, மற்றொரு கண்ணுக்குப் புலப்படாத வளையத்துக்குள் சுழன்றுகொண்டிருக்கும் எதிர்பாலினத்தின்மீது படரவிட வேண்டும். அதற்குமேல் அங்கு செய்ய ஒன்றுமேயில்லை. அப்படியே நீங்கி மணமேடைக்குச் செல்ல வேண்டியதுதான். கதவைத் திறந்து உள்ளே சென்றோம். உணர்ச்சிகளற்ற முகத்துடன் மேசையின்மீது அமர்ந்திருந்த பயல் ஒருவன் நுழைவுக் கட்டணமாக எண்பது ஃபிராங்க் கேட்டான், (நான்கு பல்கேரியா லெவா). நிகழ்வுகளின் வசூல் தொகை ஸ்கௌட் ஹாலுக்கு நெளிக்கப்பட்ட இரும்பிலான கூரை போடுவதற்குச் செலவழிக்கப்படும் என்று உறுதியாகச் சொன்னான். ஓஓ, அப்படியா, வாழ்த்துகள். நடனக் கூடம் யாருமே இல்லாமல் வெறிச்சோடிக் கிடந்தது. கருப்பு வண்ணக் கந்தலாடையில் நின்றுகொண்டிருந்த மூன்று சூனியத் தோற்றம் கொண்ட உருவங்களைக் கூட்டம் என்று கணக்கெடுக்க விரும்பினால் மட்டுமே ஆட்கள் இருந்தார்கள் எனச் சொல்லலாம். கேலிச் சித்திரப் படங்கள் அச்சிடப்பட்டிருந்த டை கட்டிக்கொண்டு மக்ஸூத் வந்திருந்தான். நானோ, இருப்பதிலேயே வெண்மையான டென்னிஸ் விளையாட்டுக்கு அணிந்துசெல்லும் காலுறையைச் சலவை இயந்திரத்திலிருந்து தேடி எடுத்து அணிந்துவந்திருந்தேன். இருப்பினும் அந்த இடம் எங்களுக்கு அந்நியமாகவே இருந்தது

'இங்கு யாராவது இறந்துவிட்டார்களா?' பல வருடங்களாக உரத்த குரலில் ஒலிக்கும் சோகம் ததும்பும் பாடல்களைக் கேட்டு அந்த மதுச்சாலைப் பணியாளனின் காதுகள் செவிடாகி விட்டனவா அல்லது அவன் எங்களுக்குப் பதிலளிக்க விரும்ப வில்லையா எனத் தெரியவில்லை. பாடல் ஒலிபரப்புபவன் அப்போதுதான் கடவுளே இல்லையென்று ஏதோ நம்பத்தகுந்த வட்டாரத்தில் செவியுற்று வந்திருப்பவன்போலத் தென்பட்டான். ஏனென்றால் நாங்கள் நன்கு சுழன்றாடக்கூடிய மைக்கேல்

ஜாக்ஸனின் பாட்டு *Billy Jean* ஒலிக்கச் சொன்னபோது உலகத்திலுள்ள மொத்தக் கவலையும் அவன் முகத்தில் கவிந்தது. எப்படியோ ஒரு வழியாக அந்தக் கடவுளை இழந்தவன் தன்னுடைய ஒலிநாடாப் பெட்டியிலிருந்து ஏதோ ஒன்றை உருவிப்போட, நிலைமை கொஞ்சம் முன்னேறி இருபது பேரை அது அலங்கார விளக்குகளுக்குக் கீழே வரவழைத்தது. ஒலிக்கும் ஜெர்மானியப் பாடகனோ தான் ஒரு பனிக்கரடியாக விரும்பிக் கொண்டே இருந்தான். 'நானொரு பனிக்கரடியாக விரும்புகிறேன், பனிப் பிரதேசத்தில். பனிக்கரடியாக விரும்புகிறேன்'. இதையே மாறிமாறி சரணத்திலும் பாடிக் கொண்டிருந்தான். கைகளை அசைத்தோடு, நடனம் என்று சொல்லும்படியான அசைவில் கோணலாகப் பாதங்கள் தடுமாற அங்கே கழிந்துகொண்டிருக்கும் ஒவ்வொரு கணத்திலும் ஒட்டகச் சிவிங்கி களியாட்டத்திற்கு அவர்கள் எங்களை அனுமதிக்காததற்காக மேலும் துயரம் கொண்டேன்.

'எனக்கு ஒன்றும் புரியவில்லை,' மக்ஸூத்திடம் கேட்டேன். 'உனக்குப் பனிக்கரடியாக விருப்பமா?'

மக்ஸூத்திற்கு நடப்பது எதுவுமே புரியவில்லை. இங்கு கழிப்பறைக்குப் போக வேண்டுமென்றால் பணம் தரவேண்டுமென்பதுகூட அவனுக்குப் புரியவில்லை. ஒருமுறை சிறுநீர் கழிக்க எழுபத்தேழு ஸ்லோவனியன் டோலார்கள். 'அதைவைத்து அவர்கள் ஏன் பணம் பண்ண வேண்டும்?, அது என்னுடைய சிறுநீர்!'

எப்படியோ குளிரில், எங்கள் இல்லத்திற்கு, பிளாக் 4க்குத் திரும்பினோம். குளிர்–கொள்கலனுக்குள் திருட்டுத்தனமாக நுழையமுடியாத அளவு குளிர். திருமண வைபவத்தை மேலும் கொஞ்ச காலத்துக்குத் தள்ளிப் போடுவதென்று முடிவு செய்யப் பட்டது. அடுத்த மாதத்தில் அதிர்ஷ்டம் அமையட்டும். அப்போதும் நாங்கள் இந்த இடத்தில் நடந்துகொண்டிருந்தால். அப்போதும் இங்கு நடந்துகொண்டிருந்தால்.

எட்டி மெர்க்ஸின்[1] தேசத்தில் தஞ்சமடைதல்

அன்றைய தினத்தின் முட்டாள்ப்பயல் மோட்டார் பைக்கைச் சரியாக ஓட்டத் தெரியாத இஃபேயன்யி அக்வுயெக்பு,

ஒரு செவ்வாய்க் கிழமையின் முதல் கவனிக்கத் தகுந்த நிகழ்வு அவனை முட்டாள்ப் பயலாகத் தேர்ந்தெடுத்ததுதான். இல்லையென்றால் அதுவும் ஒரு புதன்கிழமை போலவோ, வெள்ளிக் கிழமை போலவோ கண்டுகொள்ளப்படாம லேயே கடந்திருக்கும். எங்களுடைய சலிப்பான பிரதேசத்தின் இரண்டாவது முக்கிய விஷயம் என்னவென்றால் ஜெனரல் டமாட்ஸ்கியை மீண்டும் அவனுடைய நாட்டுக்கே திருப்பி அனுப்பும் வெளியேற்ற ஆணை வந்துவிட்டது. ஆனால் தள்ளிவிடும் முன்னால் தானாகவே குதித்துவிட அவன் முடிவெடுத்திருந்தான். நேற்றிரவு அவன் காணாமல்போய்விட்டான். டமாட்ஸ்கி தன்னை இங்கிலாந்துக்குக் கடத்திச் செல்லும் ஏழு முயற்சிகளுக்குக் கணிசமான தொகையை மாஃபியா கும்பலுக்கு வழங்கியுள்ளான். இன்னும் மூன்று முயற்சிகள் பாக்கி உள்ளன. அவன் தப்பிச்செல்லும் களேபரத்தில் தன்னுடைய அறையில் ஒரு விஸ்கி பாட்டிலை விட்டுச் சென்று விட்டான். அதன்மீது யாருக்கு அதிக உரிமை இருக்கிறதென்ற உக்கிரமான விவாதம் இப்போது

---

1. எட்டி மெர்க்ஸ்: பெல்ஜியத்தைச் சேர்ந்த புகழ்பெற்ற சைக்கிள் பந்தைய வீரர்.

நடைக்கூடத்தில் நடந்துகொண்டிருக்கிறது. விவாதம் மெல்லிய குரலில், அமைதியான முணுமுணுப்பாகத்தான் போய்க்கொண்டிருக்கிறது. ஏனென்றால் மதுபான விஷயத்தில் இல்லத்தின் விதிகளைப் பொறுத்தவரை அது மன்னிப்பற்ற குற்றம். குடிபோதையில் யாரையாவது பார்த்துவிட்டால் அவர்களை உடனடியாக உதைத்து வெளியேற்றப்படுவார்கள். அதில் விதிவிலக்குகள் இல்லை. அந்த நிகழ்வு கோப்புகளில் பதியப்படுமாதலால் அந்நியக் குடியுரிமைத் துறையில் வாய்ப்புகளைக் குலைக்கக்கூடும். ஹ்ம், அதற்கு முதலில் அந்த 'வாய்ப்புகள்' இருக்க வேண்டும்.

இப்போதைக்குச் சதுரங்க விளையாட்டுப் போட்டிக்குப் பாட்டிலைப் பணயம் வைத்து அதில் வெல்பவர்களுக்கு அது உடமையாகும் என்பதை ஒப்புக்கொள்வதைத் தவிர எங்களுக்கு வேறு வழியில்லை. அதை ஜனநாயக முறையில் வாக்கெடுத்து முடிவு செய்திருக்கலாம், எங்கள் நடைக்கூடத்தில் எவருக்கேனும் 'ஜனநாயகம்' 'வாக்கு' என்பதைப் பற்றிய புரிதல் இருந்திருக்கும் பட்சத்தில்.

துயர்மிகு வாழ்வும் ஒருநாள் மாறக்கூடியதே. இஃபேயன்யி அந்தக் கூற்றை உண்மையாக்கப் போதுமான அளவு ஆதாரங்கள் கொடுத்துக்கொண்டிருந்தான். ஆனால் எப்போதும் வாழ்க்கைதான் மாறிக்கொண்டிருந்ததே தவிர துயரங்கள் மாறவில்லை. நேற்றுவரை வரவேற்பு மேசைக்குச் சென்று எங்களால் ஒரு சைக்கிளை, அதாவது பெடல், கைப்பிடி, இருக்கைகொண்ட சைக்கிள் போன்ற ஒன்றைக் கடன் கேட்க முடிந்தது. இங்கிருப்பவற்றிலிருந்து விடுபட்டுச் செல்லவும் மனது கொஞ்சம் புத்துணர்ச்சியடைவதற்கும் ஊர்ப்புறமாகச் சவாரி செல்வோம். கடைகளில் இருக்கும் பொருட்களைக் கண்ணால் கண்டுவந்தாலே போதும், கனவுகளுக்கு அவ்வள வாகச் செலவழிக்கத் தேவையில்லை. ஞாயிற்றுக் கிழமையன்று தேவாலயப் பிரார்த்தனைக்குப் பலரும் பைக்கில் செல்வார்கள். அங்கேயும் சுவாரஸ்யமாக ஏதும் நடக்காது. எப்போதாவது ஒரு கறுப்பனுக்கும் ஒரு செச்சினியனுக்கும் நடக்கும் சண்டையைத் தவிர அங்கு சுவாரஸ்யமாக ஏதுமிருக்காது. அதில் செச்சினியன்மீது சிகரெட்டுகள் பந்தயம் கட்டப்படும். அவற்றையெல்லாம்விட இது உங்களைக் கூடுதல் கத்தோலிக்க னாக்கி விடும். எனக்குத் தெரிந்த சில பையன்கள், அதிகாலைப் பிரார்த்தனையிலிருந்து துவங்கி நள்ளிரவுப் பூசை எனத் திருப்பலி யின் ஒவ்வொரு கொண்டாட்டங்களோடு ஞானஸ்தானம்,

ஈமச் சடங்குகள் இவற்றிலும் கலந்துகொள்வார்கள். இவை அனைத்திற்கும் முற்றுப்புள்ளி வைத்தான் இஃபேயன்யி. இப்போது அங்கு செல்லும் தொலைவை நடந்தே கடக்க வேண்டும் என்பதுதான் ஒரே வழியாக இருக்கப்போகிறது. அதன் விளைவாக விசுவாசமிக்க பக்தர்களின் எண்ணிக்கை மிகக் கடுமையாகக் குறையப்போகிறது.

நடந்தது இதுதான்: அழுக்குத் தண்ணீர் நிரம்பிய கிணறு இருப்பதாலேயே மாகாணத் தலைநகர் என்றழைக்கப்படும் ஆப்பிரிக்க நரகக் குழி ஒன்றிலிருந்து வந்தவன் இஃபே. கழுதையை எவ்வளவு பலமாக உதைக்கிறோமோ அவ்வளவுக்கு அது வேகமான போக்குவரத்து வாகனமாக இருக்கும். இஃபேயன்யின் சொந்த ஊரில் குழப்பம் என்னவென்றால், அவர்களின் ஆப்பிரிக்கத் தெய்வங்கள் இரண்டு நோக்கங்களைத் தம் மனதில் வைத்துக்கொண்டு கழுதையைப் படைத்திருக்கின்றன. நம்பிக்கைக்குரிய பயணப் புரவியாகவும் வறுவல் உணவாகவும். கழுதை இறைச்சியைச் சாப்பிட்டு விட்டால், பயணம் செய்ய வாகனம் இருக்காது. சவாரி செய்தாலோ பட்டினி கிடக்க வேண்டும். அவன் சொந்த மண்ணை விட்டு நீங்கி வரும்வரை இஃபே சைக்கிளையே பார்த்ததில்லை. அப்புறம் அதை ஓட்டிச் செல்லும் பயணத் தடம்பற்றி என்ன தெரியும் அவனுக்கு? மொத்த ஆப்பிரிக்காவின் உச்சபட்சமான சைக்கிள் பந்தயமே, ஃபர்கினோ ஃபாஸோவின் சைக்கிள் பயணம் *(Tour dr Burkina Faso)* மட்டுமே என்பதைக் கணக்கில் கொண்டால் அது ஆச்சரியமல்லதான். உள்ளுணர்வு என்ன சொல்கிறதோ அது சொல்வதுபோலச் செல். தொடங்கும் இடமே கடைசி நேர்க்கோடு, ஓரளவு வாழ்க்கை மாதிரிதான் அது போக, அங்கு பைக் பயணத்தில் சாலை முனையில் சைக்கிளை வளைத்துச் செல்லத் தெரிந்தவர்களைக் காண்பது அரிது. அதெல்லாம் சரிதான், ஐரோப்பா வந்துசேர்ந்தவுடன் இஃபே அந்த அதிசய வாகனத்துக்கு அறிமுகமானான். இங்கு நான் நேர்மையாக ஒப்புக்கொள்ள வேண்டிய விஷயம் என்னவென்றால், ஆச்சர்யப்படத்தக்க வகையில், மிக விரைவாக அந்தத் துருப்பிடித்த பொருளை ஓட்டுவதற்கு இஃபே கற்றுக் கொண்டான். ஒவ்வொரு வளைவிலும் அவன் இறங்கி நின்றுசெல்வது சிரிப்பூட்டுவதாக இருக்கலாம். ஆனால், நாற்பத்து ஐந்து வயதிலும்கூட சைக்கிள் ஓட்டக் கற்றுக் கொள்ளத் துணிச்சல் கொண்ட சிலரையும் எனக்குத் தெரியும். என் வயதில் அவர்கள் என்னை ஒட்டகத்தின்மீது அமர்த்திக் கற்றுக்கொள்ளச் சொன்னால் அதை நான் விரும்ப மாட்டேன். அதனால் அவனைப் பாராட்ட வேண்டும். இதன் துர்பாக்கியம் என்னவென்றால், சாலையின் நடுவே

ஓட்டிச்செல்வதுதான் எல்லாவற்றையும்விட சுலபமான இடம் என அவன் நினைத்துக்கொண்டதுதான். கார் ஓட்டுநர்கள் எரிச்சலும் கோபமும் மேலிட பீப் பீப் என ஒலிப்பானை அலறவிட, இஃபே, இந்த உலகத்திலேயே பெல்ஜிய மக்கள்தான் மிக நல்லவர்கள் என்னும் அசையாத நம்பிக்கை கொண்டு அந்த பீப் அலறலுக்குப் பதிலாக அவர்களை நோக்கித் திரும்பி மின்னும் தன்னுடைய இரு வரிசைப் பற்களைக் காண்பித்தான். அவன் கைகளை ஆட்டியிருக்கலாம், ஆனால் கைகளிரண்டையும் சைக்கிளின் ஹேண்டில் பாரில் வைக்குமளவு புத்திசாலியாக இருந்தான்.

புகலிடம் தேடுபவர்களுக்குக் காப்பீடு எதுவுமில்லை. எதற்குமே காப்பீடு செய்யப்படவில்லை. உதவாக்கரைகள்தானே. எவனாவது கிறுக்கன் எங்கள் மீது வண்டியை ஏற்றி விட்டால், எங்களுடைய உடைந்த அங்கங்களின் பாகங்களை நாங்களேதான் திரும்ப ஒட்டிச் சீரமைக்க வேண்டும். அந்த ஒட்டும் கோந்திற்கும் சேர்த்து நாங்கள்தான் தண்டம் அழ வேண்டும்.

ஆகையால், நிர்வாகம் நாங்கள் அனைவரும் சைக்கிள் தேர்வுக்குத் தயாராக வேண்டுமென்று முடிவு செய்தது. எழுத்துத் தேர்வு, செய்முறைத் தேர்வு, இரண்டும்தான். சட்டத்தின் முன் அனைவரும் சமம். அப்படிச் செய்தால்தான் போக்குவரத்து விளக்குகள் கிறிஸ்துமஸ் அலங்கார விளக்குகளல்ல என்று நாங்கள் அறிந்து கொள்வோம். எங்களுடைய சைக்கிள் ஒட்டும் திறனைப்பற்றி அவர்களுக்கு உறுதியாகத் தெரிய வேண்டும். சுத்தப் பைத்தியகாரத்தனம் இது. போக்குவரத்துக் கூம்புகள், மூலைகள், பிரேக், மலைப்பாதையில் மேலே, கீழே, விளக்குடன், விளக்கு இல்லாமல், உடைந்த சைக்கிள் மணியை ஒலித்துக்கொண்டு, டயர்களுக்குக் காற்றடித்துக் கொண்டு, கழன்றுபோன சங்கிலிகளை மீண்டும் பொருத்திக் கொண்டு, எங்கள் நிலைய மேலாளர்களின் கூர்ந்த கண்காணிப்பின்கீழ் சறுக்கு விளையாட்டுச் சாகசம்போல ஓட்டிக்காட்ட வேண்டுமா என்ன? இதில் சிறப்பான முறையில் தேர்ச்சி பெறாதவர்கள் அடுத்த முறை சைக்கிள் கடன் பெறுவதிலிருந்து விலக்கப்படுவார்கள். பால்யம் இனிமையானதுதான், ஆனால் அது கடந்துவிட்டது. அதனால், எங்களைச் சட்டென்று ஏழு வயதானவர்களாக மாற்றி விட்டதற்கு இஃபேயன்யிமீது எந்த நன்றியுணர்வும் ஏற்பட வில்லை.

இஃபேயன்யி போக்குவரத்துக் குறியீடுகளை அறியாதவனாக இருக்கலாம். மற்றவர்களின் ஒருமித்த முடிவால் அவன்தான்

டிமிட்ரி வெர்ஹல்ஸ்ட்

முட்டாளாகத் தேர்ந்தெடுக்கப்படப் போகிறான். ஆனால் ஒரு பாட்டில் விஸ்கியை ஒதுக்கீடு செய்வதில் அவன் சரியாகச் செயல்படுவான். ஏனென்றால் ஒதுக்கீடு என்பதைவிடப் பகிர்ந்தளித்தல் என்னும் கருத்திலேயே சிந்திப்பான். சதுரங்கம் விளையாடி முறையாகப் பகிர்ந்துகொள்ளலாம் என்று உபாயம் சொன்னான். விளையாட்டில் யார் வெற்றி பெறுகிறார்களோ அவர் ஒரு கோப்பை விஸ்கி அருந்திவிட்டு அடுத்து விளையாட வருபவரை எதிர் கொள்வார். அந்த விலைமகள் அன்னா, இந்த அருமையான ஏற்பாட்டைக் கேட்டு ஆனந்தமடைந்தாள். அதன்பின், எங்களுக்குள் ஆலோசனை செய்து இஃபேயுடன் அவள் முதலில் விளையாடப் போவதாகவும், நான் போட்டியின் நடுவராக இருப்பதாகவும் முடிவெடுக்கப்பட்டது.

அன்னா தன்னுடைய மற்ற திறமைகளுக்குப் பெயர் பெற்றவள். அவள் திறமையைப் பாராட்டியும் மதித்தும் அதற்கு வெகுமதியாக சிகரெட்டுகள் வழங்கப்படும். ஆனால் அவள் சதுரங்கம் விளையாடுவதில் அவ்வளவு சிறப்பானவள் அல்ல. தன்னுடைய வெள்ளைத் துருப்புகள் அனைத்தையும் வெகு சீக்கிரம் இழந்து தோல்வியுற, இஃபேயன்யி கடும் சாராயத்தை ஒரே மிடறில் குடித்துத் தன் உடலை வருத்தும் விதமாக வெற்றியைக் கொண்டாடினான். அவனுக்குப் பிடித்துத்தான் குடிக்கிறானா என்று கூட எனக்கு சந்தேகம் எழுந்தது.

இஃபேயன்யி தொடர்ந்து வெற்றி பெற்றுக்கொண்டே இருந்தான், அல்பேனியனைத் தோற்கடித்தான், அல்ஜீரிய வக்கீல் (கொஞ்சம் சிரமமான வெற்றி) ஒரு கொஸாவா நாட்டான், ஒரு செச்சினியன், ஒரு செர்பியன், ஒரு குரோஷியன், எந்த ஆவணங்களுமில்லாத ஒரு நாடோடி, மீண்டும் ஒரு அல்பேனியன். இப்படியான வரிசையில் வெற்றி தொடர்ந்தது. ஒரு கொரியனோடுகூட அவன் போட்டியிட்டிருப்பான். ஆனால் அதற்குள் பாட்டில் காலியாகிவிட்டது. அத்துடன் அவனது ஈரல் வழக்கத்தைவிட அதிக நேரம் உழைத்துவிட்டது.

முகத்தைச் சுளித்துக்கொண்டிருந்த தோல்வியுற்றவர்கள் இஃபேயின் விளையாட்டைப் பாராட்டினார்கள். பிளாக் 4இல், இஃபேயன்யி அளவுக்கதிகமாகக் குடித்துக்கொண்டு புரள்கிறான் என்பதைச் சொல்ல அன்னா நிர்வாக அலுவலகத்திற்குச் சென்றுகொண்டிருப்பதை அறிந்த போது மிகப்பெரிய வெகுமதி அவனுக்கு இனிமேல்தான் கிடைக்கப் போகிறது என்று புரிந்தது.

அலைவரிசை கடத்தும் பெருமூச்சு

லிடியாவுக்குக் கத்திப் பேச வேண்டிய தேவையே இல்லை. அவள் மிக அமைதியாகப் பேசலாம். இரவுகளில் என்னுடன் எவ்வளவு மெல்லிய குரலில் பேசுவாளோ அதே மெல்லிய குரலில் பேசினாலும் ஆயிரக்கணக்கான மைல்களுக்கு அப்பால்கூட அந்தக் குரல் கேட்கும். அவள் இப்போது என் அறையில் இருக்கிறாள். அறை எண் 26, பிளாக் 4. ஆனால் அதே நேரத்தில், இலிரியன் – பெலசிகன் எல்லைகளுக்கிடையே இருக்கும் மலைக் கிராமத்திலும் இருக்கிறாள். தொலைத் தொடர்பு என்பது ஒரு அற்புதமான விஷயம், அதுகுறித்து எப்போதும் ஆச்சரியப்படும் வழக்கத்தை எல்லோருமே நினைவில் வைத்துக் கொள்ளவேண்டும்.

சிறிய கால்சராயும், இளஞ்சிவப்பு டி ஷர்ட்டும் அணிந்துகொண்டு என்னுடைய படுக்கையின் விளிம்பில் அமர்ந்திருப்பவளின் குரல் அளவுகடந்த தொலைவிலுள்ள அவளுடைய பிறந்த ஊருக்கு எந்தவிதச் சிரமமுமில்லாமல் பயணம் செய்வதைப் பார்க்க வேண்டும். அவள் இரும்புக் கொள்கலனுக்குள் உடலைக் குறுக்கியபடி அமர்ந்து செல்லவெல்லாம் தேவையில்லை. விவரமில்லாத அப்பாவியாக இருந்திருந்தேனென்றால், தொலைபேசியின் வாயருகே என் மூக்கை வைத்து, தொடர்பின் மறுமுனையிலுள்ள கோதுமை, தூசு, பழுப்புநிறக்

கரி, மெலிந்த பூனைகள் ஓடிக்கொண்டிருக்கும் தெருக்கள். அவளுடைய வேர்கள். என அனைத்தையும் முகர்ந்திருப்பேன்.

இங்கு வந்த நாளிலிருந்து இன்றுதான் முதல்முறையாக லிடியா தன் வீட்டை அழைத்து அம்மாவுடன் பேசுகிறாள். இல்லை, அவள் அம்மாவிடம் இந்த அற்புத வஸ்துவான தொலைபேசி இல்லாத காரணத்தால், கிராமத்தின் தபால் நிலையத்தை அழைத்துத் தன் அம்மாவைக் கூட்டிவரக் கேட்டிருக்கிறாள்.

'நீ யாரென்று சொன்னாய்? சரி... அப்புறம் யாரிடம் பேச விரும்புகிறாய்... சரி... ஒன்றும் தெரியவில்லை மேடம், நேற்றிரவுகூடத் துப்பாக்கிச் சூடு நடந்தது. அதில் சில வீடுகள் எரிந்து கருகிவிட்டன. அவர் இருக்கிறாரா என்று நான் போய்ப் பார்த்துவிட்டு வருகிறேன் அழைப்பிலேயே இருக்கிறீர்களா?'

தொலைதூரத்தில் இதே கணத்தில் ஒருவன் தபால் நிலையத்தை விட்டுக் கிளம்பிச்செல்கிறான். வெகு தூரத்தில் ஒருவன் கரடுமுரடான பாதையில் நடந்துசென்று அங்கு சாலையில் இருக்கும் யாரோ ஒருவரிடம் லிடியாவின் அம்மா எங்கிருக்கிறாள் எனக் கேட்கிறான் – அவள் உயிரோடு இருக்கும் சாத்தியம் உண்டென்றால் அவளுக்குத் தொலைபேசி அழைப்பு வந்திருக்கிறது. லிடியா பெருமூச்சு விடுகிறாள். எங்கோ வெகு தொலைவில், இதே கணத்தில் தொலைபேசியின் வாய் ஒரு தபால் நிலையத்தில் கவிழ்த்து வைக்கப்பட்டிருக்கிறது. அதிலும் இந்தப் பெருமூச்சு எழுகிறது. யாராவது அதைக் கேட்கிறார்களா? தபால்தலை வாங்க வரிசையில் காத்திருக்கும் யாராவது? பெருமூச்சு பெரும்பாலும் தொற்றிக் கொள்ளுமென்பதால், அதைக் கேட்டவரும் பெருமூச்சு விடுவாரா?

இரண்டு சாத்தியங்கள் உள்ளன. உருளைக் கிழங்கின் தோலை உரிப்பதையும், கோழியை வெட்டுவதையும் சட்டென்று நிறுத்திக் கத்தியைக் கீழே போட்டுவிட்டுத் தபால் நிலையத்துக்கு அதி விரைவாக ஒருவர் ஓடிவரக்கூடும் அல்லது கோழி இன்னும் உயிரோடு இருக்க, தபால் நிலையத்திற்கு ஓடிவர யாரும் இல்லாமலிருக்கக் கூடும்.

கதவு கிறீச்சிடும் சப்தம். காலடி ஒசைகள். படபடவென்ற ஓசை. சரசரப்பு.

"லிடியா, இது நீயா?"

"அம்மா, நீங்களா?"

இரண்டு குரல்களும் ஒன்றையொன்று தழுவிக் கொள்கின்றன. இந்தப் பிரபஞ்சத்தின் ஏதோ ஒரு இடத்தில்,

பிராப்ளம்ஸ்கி விடுதி

செயற்கைக் கோள்கள் தொலைபேசி உரையாடல்களைப் பகிர்ந்தளிக்கும் ஏதோ ஓரிடத்தில் அது நடக்கிறது. மிக நெகிழ்வான சிந்தனை. ஆனால் அந்தக் கோழிகளுக்குக் கெட்ட காலம்.

'எங்கே இருக்கிறாய் என் மகளே? உன்னுடைய பயணம் நல்லபடியாக இருந்ததா?'

அம்மா கவலைப்படத் தேவையில்லை. இதைவிடச் சிறப்பான பயணம் இருக்கவே முடியாது. அந்தக் கடத்தல் ஆட்கள் எல்லா ஏற்பாடுகளையும் கச்சிதமாகச் செய்திருந்தார்கள், போலி ஆவணங்களை நல்ல தொழில் நேர்த்தியுடன் தயாரித்திருந்தார்கள். எல்லைகளெல்லாம் வெறும் சம்பிரதாயங்கள் மட்டுமே. முதல் அபாயப் பகுதியைத் தாண்டியதும், அவர்களைச் சரக்குந்துகளி லிருந்து அங்கு காத்திருந்த குளிர்சாதன வசதி கொண்ட வாகனத்துக்கு மாற்றிவிட்டார்கள். ஏறத்தாழ மூன்று மணி நேரத்திற்கு ஒரு முறை தவறாமல் ஓய்விடத்தில் நிறுத்தினார்கள். அப்போதெல்லாம் இறங்கிக் காஃபி குடிக்கவும், கால்களை நன்றாக நீட்டிக்கொள்ளவும் முடிந்தது. இரவுகளில் மூன்றி லிருந்து ஐந்து நட்சத்திரத் தரமுள்ள ஹோட்டல்களைப் போன்றதொரு விடுதியில் உறங்குவதற்காகத் தங்க வசதி செய்துதந்தார்கள். அங்கு மதுச்சாலை, நீச்சல் குளம், நீராவிக் குளியல், மெதுமெதுப்பான ரொட்டியும் பிழிந்த ஆரஞ்சுப் பழச்சாறும் கொண்ட காலையுணவு என அனைத்தும் இருந்தன. ஐந்து நாட்களுக்குப் பின் கடற்கரையை அடைந்தபோது, அங்கிருந்து அவர்கள் செல்ல வேண்டிய சொர்க்கம் போன்ற நாட்டுக்கு இரண்டு மணிநேரத்தில் அவர்களைச் சேர்ப்பிக்கும் படகு நின்றுகொண்டிருந்தது. கொஞ்சம் கடற்பயண ஒவ்வாமை இருந்தைத் தவிர அந்தப் பயணத்தில் சொல்லும்படியாக எந்த அசௌகர்யமும் இல்லை.

'உன்னுடைய ஒன்றுவிட்ட சகோதரன் இதைக்கேட்டு மிக மகிழ்ச்சி அடைவான். ருஸ்லான். அவனைத்தான் எல்லோரும் தேடிக்கொண்டிருக்கிறார்கள். அவன் ஒரு முஸ்லீமைக் கொன்று விட்டதாக நினைத்துக்கொண்டிருக்கிறார்கள். அவர்கள் கையில் அகப்படும் முன் அவன் இங்கிருந்து தப்பியோடப் பார்க்கிறான். உனது பயணம் நன்றாக இருந்ததாக அவனிடம் சொல்கிறேன். அவன் மகிழ்ச்சியடைவான். அப்புறம் இப்போது எங்கிருந்து பேசுகிறாய் மகளே?'

அவள் இப்போது லண்டனின் மையப் பகுதியில் உள்ள தொலைபேசிக் கூண்டுக்குள்ளிருந்து பேசுகிறாள். அவளது இடதுபுறத்தில் தேம்ஸ் நதி ஓடிக்கொண்டிருக்கிறது. அவளால் பிக் பென் பாலத்தையும் பாராளுமன்றக் கட்டிடத்தையும்

பார்க்க முடிகிறது. லண்டன் ஒரு அழகான நகரம். மக்கள் எல்லோரும் அவ்வளவு சினேகமாக இருக்கிறார்கள். அதிர்ஷ்ட வசமாகப் பெரும்பாலனோர் ஆங்கிலம் பேசுகிறார்கள். அவளுக்கு ஒரு மதுக்கூடத்தில் வேலை கிடைத்திருக்கிறது. இல்லை அம்மா, நீங்கள் நினைப்பது போலில்லை, இது ஒரு உயர்தர மதுச்சாலை. அங்கு வரும் வாடிக்கையாளர்கள் பங்குச் சந்தை பற்றியும், ஷேக்ஸ்பியர் பற்றியும் உரையாடும் உயர்குடியைச் சேர்ந்த மதிப்பு மிக்கவர்கள். மெக்டொனால்ட் உணவகத்தில் இறைச்சியும் ரொட்டியும் தினமும் உண்ணக் கூடிய அளவு சம்பாதிக்கிறாள். தாயகத்தில் கிடைக்கும் மார்ல்போரோ சிகரெட்டைவிட இங்குள்ளது நன்றாகச் சுவைக்கிறது. அவள் ஒரு அடுக்கக இல்லத்தில் வசிக்கிறாள். அலமாரிகளை நோட்டமிடாத நேர்மையான வீடு சுத்தம் செய்யும் பணிப்பெண் இருக்கிறாள், தன் படிப்பை நிறைவு செய்யும் பொருட்டு ஒரு கல்வி நிலையத்திலும் பதிவு செய்துவிட்டாள்.

'ருஸ்லான் இதைக் கேட்டால் மகிழ்ச்சியடைவான். அதுதான், உன் ஒன்றுவிட்ட சகோதரன். அவன் ஒரு முஸ்லீமைக் கொன்றுவிட்டதாகத் தேடிக்கொண்டிருக்கிறார்கள், அவன் அதைச் செய்யவில்லை என்று எனக்குத் தெரியும். அப்படி யெல்லாம் செய்யக்கூடிய பையனில்லை அவன். ஆனால் அதைப் பற்றி என்ன கவலை அவர்களுக்கு?அந்த முஸ்லீம்கள் என்னவோ இதை நம்பப் போவதில்லைதான். முதலில் கையில் கிடைக்கும் அப்பாவிப் பலியாட்டின்மீது வன்மம் தீர்த்துக் கொள்வார்கள். அவர்கள் அப்படிப்பட்டவர்கள்தான். ஆனால் அவனிடம் சொல்லப்போகிறேன். நீ லண்டனில் இருக்கிறாய், அங்கே எல்லாமே நன்றாக இருக்கிறது. எந்தச் சிரமங்களு மில்லாமல் அங்கே போய்ச் சேர்ந்துவிட்டாய். அவன் உன்னைப் பார்த்துக் கற்றுக்கொள்ள வேண்டுமென்று சொல்லப்போகிறேன். உன்னுடைய முகவரி என்ன?'

எண் 10. டௌனிங் தெரு. அம்மாவால் அதை எழுதிக் கொள்ள முடியுமா?

அம்மாவுக்கு ஆங்கிலத்தில் எழுத வராது. ஆனால் தன்னால் ஞாபகத்தில் வைத்துக்கொள்ள முடியும் என்று நினைத்துக்கொள்வாள்.

இதைக் கேட்டு ருஸ்லான் மகிழ்ச்சியடைவான். அவர்கள் சகோதரர்களைக் கொலை செய்துவிட்டானென்று அநியாயமாக அவன்மீது குற்றம் சுமத்தும் முஸ்லீம்களிடமிருந்து விரைவில் தப்பியோடி விடுவான். நீ லண்டனில் 10 டவுனி தெருவில் வசிக்கிறாய் என்று அவனிடம் சொல்கிறேன். அவனுக்கு

ஒரு வேலையும், வீடும் கிடைக்கும்வரை அவன் உன்னுடன் தங்கிக்கொள்ளலாம். ருஸ்லான் மரவேலை நன்றாகச் செய்வான். ஏதாவது மர அறைக்கலன் செய்யும் தொழிற்சாலையில் அவனுக்கு வேலை கிடைக்கலாம். அவன் வந்து உன்னுடன் தங்கிக்கொள்ளலாம் என்று அவனிடம் சொல்லலாமா மகளே?'

'நிச்சயமாக.'

'இப்போதெல்லாம் உன் படுக்கைக்குப் பக்கத்தில் குண்டுகள் வெடிப்பதில்லைதானே, இரவில் நன்றாக உறங்க முடிகிறது தானே?'

'அங்கே எல்லாம் சரியாக இருக்கிறதா அம்மா?'

'நானும் உன் அப்பாவும் ஒரு ரயில்பாதைக்கு அருகே குடியிருந்தோம். அதன் ஓயாத கடகடவென்ற இரைச்சலுக் கிடையே எப்படி உங்களால் உறங்கமுடிகிறதென்று மற்றவர்கள் ஆச்சரியமாகக் கேட்பார்கள். அதன் பின் ஒரு வழியாகச் சிறிய வீட்டுக்குப் போனோம். அங்குதான் நீ பிறந்தாய். ஒவ்வொரு இரவும் நாங்கள் விழித்துக்கொண்டே இருப்போம். அந்த ரயில் சத்தத்தை நாங்கள் நினைத்துக் கொண்டே இருப்போம். மிகப் பழகிய ஒன்றை இழந்துவிட்டோம்... அங்கு எல்லாம் நல்லபடியாக இருக்கிறதுதானே மகளே?'

ஆமாம். மிக நன்றாக இருக்கிறது. இன்னும் கொஞ்சம் நன்றாக இருந்திருக்கலாம். ஆனால் அப்படிப்பட்ட வார்த்தைகள் மிக மோசமான நிலையிலிருப்பவர்கள் சொல்வதற்கானது.

'அப்புறம் அங்கே பருவநிலை எப்படி? லண்டனின் வானிலை எப்படி இருக்கும்? ருஸ்லான் எந்த மாதிரியான ஆடைகளைக் கொண்டு வர வேண்டும்? அவன் இங்கிருந்து தப்பியோட விரும்புகிறான். முஸ்லீம்கள் ஏற்கெனவே அவனை அடித்துத் துவைத்துவிட்டார்கள். அத்துடன் அவர்கள் நிற்கப் போவதில்லையாம். அவனது கழுத்தை வெட்டப் போகும் வாளை அவனுக்குக் காட்டியுள்ளார்கள். குண்டர்கள், அவர்கள் அப்படித்தான்.'

'வாயை மூடு, கிழட்டு மூட்டையே'– தபால்நிலையக் குரல்.

'அம்மா, கேளுங்கள், நான் ஒரு தொலைபேசி கூண்டுக்குள் நின்று கொண்டிருக்கிறேன். வெளியே பலர் காத்திருக்கிறார்கள். பணியிடத்துக்குப் போவதற்காக ஒரு வாடகைக் காரை வரச்

சொல்லியிருக்கிறேன். எந்த நேரத்திலும் வந்துவிடும். இப்போது ஃபோனை வைக்க வேண்டும்.'

'ஓ, மகளே, இப்படி உன் சொந்தக் காலில் நின்று நல்ல வாழ்க்கை அமைத்துக் கொள்ள வேண்டுமென்று நான் எத்தனை கடுமையான பிரார்த்தனைகள் மேற்கொண்டேன் என்று உனக்குத் தெரியுமா. நீ இன்னும் பிரார்த்தனை செய்கிறாய்தானே? தினமும் கடவுளுக்கு நன்றி சொல்கிறாய்தானே? இரவு உணவுக்கு முன்னும் பின்னும் எடுத்துக்கொள்ளும் நோயெதிர்ப்பு மாத்திரையைப்போலப் பிரார்த்தனையைத் தவறாமல் செய்ய வேண்டும். உன் குரலை மீண்டும் கேட்டதில் மிக்க மகிழ்ச்சி. இன்று இரவு மறுபடியும் துப்பாக்கிச் சூடு நடத்தினார்களென்றால் அவர்களால் உன்னைப் பிடிக்க முடியாதென்று எனக்குத் தெரியும். நீ மிகவும் பத்திரமாக இருக்கிறாய்.'

தொலைபேசியை வைத்தாள் லிடியா. எங்கோ பிரபஞ்சத்தில் தழுவிக்கொண்டிருந்த இரண்டு குரல்கள் அதிலிருந்து மீண்டன.

'அந்தப் பெண்மணி வாடகைக் காரை அவர் வாழ்நாளில் பார்த்ததுகூட இல்லை. அதன் ஓட்டுநர் எனக்காகப் பல மணி நேரங்கள் காத்திருப்பார் என்று நினைத்திருப்பார். லிடியா என்னிடம் சொன்னாள் 'குறைந்தபட்சம் அம்மா இன்று நன்றாக உறங்குவார்.'

'நமக்கு அம்மாக்கள் இல்லையென்றால் பொய் சொல்ல வேண்டிய அவசியமே இல்லை.'

இந்தக் கணத்தில் அவள் அம்மா, ஏதோ ஒரு பாடலைப் பாடியவாறே கோழியை உரித்துக்கொண்டிருப்பார்.

இந்தக் கணத்தில், நானும் லிடியாவும் என் படுக்கை விளிம்பில் அமர்ந்தபடி, கம்பி வேலிக்கு அப்பாலிருந்து தபால்காரர் ஏதாவது செய்தி கொண்டுவருவார் எனக் காத்திருக்கிறோம். மனதைத் திசை மாற்ற இரவு உணவுக்கான நேரம் வரை நிமிடங்களை எண்ணிக்கொண்டிருந்தோம். உணவில் கோழி இறைச்சி அல்லது அதைப்போலச் சுவை கொண்ட ஏதாவ தொன்று இருக்கும் என லிடியா நம்பிக் கொண்டிருந்தாள்.

சந்தோஷமற்ற திருமண வாழ்க்கையை எதுவுமே மேம்படுத்தாது

மக்ஸூத் கண்டுபிடித்துவிட்டான். யுரேகா! அவன் தற்போது பூமியின் ஐரோப்பிய முதலாளித்துவத் துருவத்தில் இருக்கிறானென்பதும், அங்கு காரோ அல்லது மனைவியோ எதை வேண்டுமானாலும் வாங்குவது எளிதென்பதையும் தற்காலிகமாக மறந்திருந்தான்போல. காலில் வளையமிடச் சொல்லித் தாமாகவே வந்து கெஞ்சும் சிறு பறவைகள்போலத் தங்கள் திருமணத்துக்காக விளம்பரம் செய்திருந்த பெண்களால் நிறைந்திருந்தது செய்தித்தாள். ஒரு பெண்ணிடம்கூட உரையாட முடியாத நிலையிலிருந்து தொடங்கியவனுக்கு இப்போது திருமணத்திற்காக ஏங்குகிற நூற்றுக்கணக்காக பெண்களிருந்தும் தேர்ந்தெடுக்க முடியவில்லை. அது ஓர் அந்தப்புரம்போல இருந்தது. இருப்பதிலேயே அதிகமான அழகு கொண்ட ஒருவரைத் தேர்ந்தெடுக்க ஒரு வாரம் எடுத்துக்கொண்டான் மக்ஸூத். இங்கு: முடிதிருத்துபவர், 48, விவாகரத்தானவர், இளமையும், சுதந்திர மனப்பான்மையும் கொண்டவர், இனிமையான துணை, பேரழகு, நீங்களும் மனங்கவர் தோற்றமும் வாழ்வைக் களிப்புடன் அனுபவிப்பவர் எனவும் நம்புகிறேன். அங்கு: மேலாளர் 33, விவாகரத்தானவர், அழகானவர், தன்னுடைய வாழ்க்கைத் துணையும் ஆற்றல் மிகுந்தவராகவும், முன்முடிவுகளற்ற கனவானாகவும் இருக்க வேண்டுமென்று நிச்சயமாக எதிர்பார்க்கிறார். மற்றொன்று:

அவர் பெயர் ரக்கேல், 45, இனிமையான குணமுடைய ஒத்த வயதுள்ள ஆண் நண்பரை எதிர்பார்க்கிறார் – 'நான் ஐந்தடி ஒன்பது அங்குல உயரம், பொன்னிற கேசம், வாழ்க்கையை மகிழ்வுடன் கழிக்க விரும்புபவள்.' யாருக்குத்தான் அனுபவிக்க விருப்பமில்லை? இதையும் நிராகரித்துவிடலாம். அல்லது தான்யா, 32, கெண்ட் நகரத்தைச் சேர்ந்தவர், ஐந்தடி ஏழங்குலம், குட்டையான பொன்னிறக் கேசம், பச்சைநிறக் கண்கள், மற்றும்.. ஓஓ.. பதினொரு வயது மகன் இருக்கிறான். அம்மாக்களை ஒதுக்கிவிடு. பிரஸ்ஸல்ஸ் நகரிலிருந்து இருபத்தேழு வயது ஆசிரியையை என்ன செய்வது, மிக அழகான யுவதி, காப்பி வண்ணக் கேசம், வசீகரமான புன்னகை, அதீதக் கவர்ச்சி; உன்னையே மயக்கிவிடுபவள்., மற்றொரு பொன்னிறக் கேசமுடைய யுவதிக்கு வெள்ளை, தன்பாலீர்ப்பு இல்லாத ஆண், 40 வயதிற்குள், குழந்தை இருப்பவர் / இல்லாதிருப்பவர், புகையும் போதைப் பழக்கமும் இல்லாதவர் தேவை. டெந்தர்மோந்தே பகுதியைச் சேர்ந்தவர், திரைப்படங்கள் பிடிக்கும், அப்புறம் அது, இது, பிடிக்கும் என்று கடினமான சங்கேத மொழியில் இருக்கும் பல விருப்பங்கள்.

முதலாளித்துவம் என்பது அற்புதமான கண்டுபிடிப்புதான். ஆனால் அதன் ஒரே பாதகமான அம்சம் என்னவென்றால் அதில் பங்கேற்கப் பணம் தேவையாக உள்ளது. அதை முதலீடு என்பார்கள். பணப் புழக்கம். பிங்கோ, ஜாக்பாட், நேஸ்டாக், (பங்குச்சந்தை). பாலும் மயனைஸூம் ஓடும் இந்த நிலத்தில் அவை போற்றத்தகுந்த வார்த்தைகள், வியப்புக்குரியவை. மனைவியைப் பெறுவதற்காகக்கூடப் பயன்படுத்தப்படுபவை. அப்புறம் அவளுடன் வரும் கடவுச்சீட்டையும் மறந்துவிடக் கூடாது– ஆப்ரக்காடாப்ரா. சூ மந்திரம்.

ஒரு தோழமை இணை வழங்கும் சேவை மையத்தில் இணைய மக்ஸூத் மூவாயிரம் நாணயங்களைக் கட்டினான். 47 லட்வியா லாட்ச், 102, 583 கொரியன் வோன்கள், 123 சிங்கப்பூர் டாலர்கள் மதிப்புடைய தொகை. அதற்குப் பதிலாக அவனுக்குக் கிடைத்ததெல்லாம் மயக்குறு அழகிகளின் பெயர்கள் அச்சிடப்பட்ட ஒரு இதழும், இரண்டு ஞாயிற்றுக் கிழமை மதியங்களில் கேஸனோவா நடன அரங்கில் நீண்ட வரிசையில் இருந்த திருமணமாகாதவர்களுடன் நேரம் கழிக்கக் கிடைத்த வாய்ப்பும். அந்தக் கட்டணத்துடன் ஒரு கோப்பை மது இலவசம். சுத்தமான, நாகரீகமான ஆடை அணிந்திருக்க வேண்டுமென்பது அந்த இடத்திற்குரிய ஆடைக் குறிப்பாகும்.

கடவுச்சீட்டு அந்தக் காதலுறவை நியாயப்படுத்தியது. மக்ஸூத் அவனுடைய கடைசி மூன்றாயிரத்தை அதில் முதலீடு

செய்து, எங்கெல்லாம் வார்த்தைகள் அவன் கண்முன் சதையாக உருப்பெறுகிறதோ அங்கெல்லாம் வளையக் குறியிட்டான்.

முற்றிலும் கைவிடப்பட்ட நிலையில் கேஸனோவா நடனக் கூடத்திலிருந்து வெளிவரும் மக்ஸூத்தைப் பார்த்தோம். ஒரு மீன் கூடத் தூண்டிலில் அகப்படவில்லை. ஆனால் இப்போது விளம்பர வார்த்தைகளுக்கிடையே ஒளிந்திருக்கும் அனர்த்தங்களை நன்றாகவே புரிந்துகொள்கிறான். அதன்படி:

அழகில்லாமலில்லை: மிகவும் கோரமாக இருப்பது.

கவர்ச்சிகரமானவள்: ஜெல்லி மீனைப் போன்று ஆயிரம் மடிப்புகளையும் நூறு உதடுகளும், தாடைக்குக் கீழே ஒரு பையும், நான்கு உதிரி டயர்களும், கால்களில் புடைத்த நரம்புகளும், பெரிங் நீரிணைபோல அகன்ற கழுத்துக்குக் கீழே சதைக் கோளமும் கொண்ட பெண்.

விளையாட்டில் ஆர்வமுள்ளவர்: ஒரே ஒரு முறை காரை வீட்டின் வாகனக் கூடத்தில் நிறுத்திவிட்டு அலுவலகத்திற்குச் சைக்கிள் சவாரி சென்றாலே களைப்படைந்துவிடும் செல்லக்குட்டி. ஆனால் வீட்டில் இருக்கும் உடற்பயிற்சி சைக்கிளை மிதிக்கத் தினமும் மூன்று நிமிடம் செலவழிப்பாள்; அல்லது அவளைப் போன்ற ஒரு வேலையற்ற தோழியுடன் இணைந்து வாரத்துக்கு அரை மணி நேரம் யோகா பயிற்சி செய்கையில் ஆன்ம வழியில் தனது உடல் எடை மேல் கவனம் குவித்து அது குறைந்துவிடும் என்று நம்பிக் கொண்டிருப்பாள்.

விவாகரத்தானவர்: உண்மையிலேயே விவாகரத்தான வரைத்தான் குறிக்கிறது. ஆனால் அதே சமயம், இது போன்ற பெண்ணை விட்டுச் சென்ற அந்த மனிதனின் செயல் முற்றிலும் சரியானது என்று சொல்ல முடியும். ஏனென்றால் நாயால்கூடச் சில நாட்களுக்கு மேல் அவளுடன் இருக்க முடியாது.

வயதைப்பற்றிக் குறிப்பிடாத விளம்பரமென்றால் தனித்து வாழும் அந்தப் பெண் ஓய்வூதியம் வாங்குபவள்.

பெண்ணின் பணியைப் பற்றி எந்தக் குறிப்புமில்லை யென்றால் அவள் வேலை வெட்டி இல்லாதவள்.

விளம்பரம் செய்பவள் உனக்குக் குழந்தைகள் இருக்கிறதா இல்லையா என்பதைப்பற்றிக் கவலைப்படாதவளாக இருந்தால், அவள், அன்றைய காலநிலையைக் குறித்தோ, அல்லது ஏழு வாரங்கள் தொடர்ந்து மழை கொட்டினாலும், தினமும் இரண்டங்குலத்துக்கும் குறையாமல் வானத்திலிருந்து சாணம்

திரவமாகப் பெய்கிறது என்றாலும்கூட அவற்றையெல்லாம் பற்றிப் பக்கத்து வீட்டுக்காரர்களிடம் பேச முடியாத சமூகத் தொடர்புக் குறைபாடுள்ளவளாக இருப்பாள். அப்படிப் பட்டவளுக்குத் தன் வாழ்க்கைப் பயணத்துக்குத் துணை வேண்டுமென்பது – அது யாராக இருந்தாலும் பரவாயில்லை, தேவைப்பட்டால் அவனுக்கு அறுபது குழந்தைகள்கூட இருக்கலாம், அவற்றில் பாதி அதீத சுறுசுறுப்பாகாவோ, அல்லது மூளை வளர்ச்சி இல்லாதவையோ இருந்தாலும் கூட பிரச்சனை இல்லை, அவள் தனிமையில் இறப்பதைத் தவிர்க்க வேண்டும். அவ்வளவுதான். செவிலி வந்து அவளிடம் உங்களுடைய மகத்தான பயணம் இனிமேல்தான் துவங்கப் போகிறது என்று சொல்லுகையில், (ஏனென்றால் உயிர்காக்கும் மருத்துவக் கருவியை அவர்கள் நிறுத்த வேண்டும்.) கையைப் பிடித்துக்கொள்ள ஒருவர் உடனிருந்தால் போதும். அதில் தவறேதும் இல்லைதான். ஆனால் மக்ஸூத் வேறு ரகப் பெண்களைத் தேடுகிறான். மன்னிக்கவும்.

நல்ல குணமுள்ள பக்குவமான மனநிலை கொண்ட ஒரு பெண் பல்கலைக்கழகப் பட்டம் பெற்ற அனுகூலத்துடன் உள்ள ஒரு கனவானைத் தேடுகிறாளென்றால், அவள் தனது வாழ்க்கையைத் தனக்கு இணையான அறிவுப்பூர்வமான ஒருவருடன் கழிக்க விரும்புகிறாள் என்று நினைக்கும் மனநிலைக்கு ஆளாவோம். ஆனால், துயரமான உண்மை என்னவென்றால்–அதனால்தானே அது உண்மை–அந்த சாதுவான பசு, தன் விரலை அசைக்கக்கூடச் சோம்பேறித்தனப் படும். அதனால் யாராவது வசதியான ஆள் மாட்டமாட்டாரா என்று தேடுகிறாள். அப்படிக் கிடைத்தால் ஆடம்பரமான வாழ்க்கையை வாழ்ந்துவிடலாம். ஆசைப்படி அவள் ஒரு அழகு நிலையத்துக்குச் சென்று தன் முகத்தில் சேற்றை அப்பிக்கொண்டும், கண்களின்மீது வெள்ளரித் துண்டுகளைப் பரத்திக்கொண்டும், தொப்பையின்மீது களிமண்ணைப் பூசிக் கொண்டும், சருமத்துளைகளில் பூச்சை அடைத்துக்கொண்டும் அல்லது கண்ணாடி இழை இணைப்பால் முலைகளைப் பெருக்கிக்கொண்டும் இருக்கலாம். அப்போதுதான் எங்காவது உல்லாச விடுமுறைக்குச் சென்று, கையிலிருக்கும் காக்டெயில் கோப்பையில் சரியான வண்ணக் காகிதச் சிறு குடையைப் போட்டுக்கொண்டிருக்கலாம். அப்படியே வீட்டைக் கழுவிச் சுத்தப்படுத்த ஒரு பணிப்பெண்ணையும் வைத்துக்கொள்ள லாம். அந்தப் பணிப்பெண் அலமாரியின் கீழே உள்ள தூசியைச் சுத்தப்படுத்த மறந்து விட்டால் அவள் புட்டத்தில் உதைத்து அனுப்பிவிடலாம். அப்படிச் செய்தால்தான் உதைப்பதற்கென்றே வேறொரு புதிய பெண்ணை வேலைக்கு அமர்த்த முடியும்.

பிராப்ளம்ஸ்கி விடுதி

உணர்வுப் பூர்வமானவர்கள்: அதன் பொருள் மிகை உணர்வுக்கோளாறு உள்ளவர்கள். ஒல்லியான உடல்வாகு என்று சொல்பவர்கள் ஏறத்தாழ சோகையான வற்றல் குச்சிகளாக இருப்பார்கள்.

உணவுப் பிரியை: கடாய் பாத்திரத்தையே சமையல் கலையின் உச்சம் என நினைக்கும் ஒருவர். சீஸ் மிக நறுமணமுடையதாக இருப்பதாகவும், ஆண்களின் பாதம் துர்நாற்றம் வீசுவதாகவும் எண்ணிக்கொள்பவர்.

நகைச்சுவை உணர்வுமிக்கவர்: அதிகமாகச் சிரிக்கும் பெண், அதில் துர்பாக்கியம் என்னவென்றால் தான் எதற்காகச் சிரிக்கிறோம் என்று ஒருபோதும் அறியாத பெண்.

பெருத்த ஏமாற்றத்திற்கு ஆளாகிய மக்ஸூத், நாட்டை விட்டு அவனை அனுப்பிவிடும் பட்சத்தில் ஒரு கம்யூனிச நாட்டில் புகலிடம் தேடலாமென்னும் அளவுக்கு யோசித்தான். ஒரு பெண்ணையும் கடவுச் சீட்டை அடைவதற்குமான அவனுடைய நூலிழை நம்பிக்கை, தோழமை இணை சேவை மையத்திற்கு 10,000 வோன் பணத்தை வீணடித்துத் தன் குறிப்பைப் பதிவு செய்ததில் தொங்கிக்கொண்டிருக்கிறது.

மக்ஸூத், வெளிநாடு, ஆண், 32, இவர் புதியதோர் வாழ்க்கையைத் துவங்க விளையாட்டில் ஆர்வமில்லாத உணர்ச்சியற்ற நகைச்சுவையுணர்வு இல்லாத ஓர் இளம் யுவதியைத் தேடுகிறார். திருமணமானவராகவோ விவாகரத்தானவராகவோ இருக்கலாம். குழந்தைகள் இருக்கக்கூடாது. இவருக்குத் திரைப்படம், நல்ல உணவு, பயணம் இவை பிடிக்காது. வெளிநாட்டவர் வேண்டாம்.

கடற்பயணம் தேவையானது, வாழ்க்கை அப்படியல்ல (புளுடார்க்)

ஐரோப்பிய வரைபடத்தின் முன் நின்றுகொண்டிருந்த குள்ளமான மனிதனைப் பார்த்து எனக்கு வேடிக்கையாக இருந்தது. நல்ல குணமுள்ள பணிவான விஞ்ஞானி, ஏதோ அவனுடைய அதிர்ஷ்டத்தால் அல்லது துரதிர்ஷ்டமென்றும்கூடச் சொல்லலாம், இப்படி வானிலை அறிக்கையாளன் பணியில் சேர்ந்துவிட்டான். அவனுடைய முகத்திற்கு மீசை சற்றும் பொருத்தமில்லாமல் இருந்தது. ஆனால் ஏதோ ஒரு நாள் கண்ணாடி முன் நின்றவன் மீசை இல்லாமல் தன்னுடைய தோற்றம் கொஞ்சமும் நன்றாக இல்லை என்பதைச் சந்தேகமில்லாமல் உறுதி செய்த பின்பே அவன் அதை வளர்த்திருக்கக் கூடும். குழந்தைகள் ஞானஸ்நானத்துக்கு அணியும் பகட்டான அங்கியைப்போல ஆடை அணிந்திருந்தான். அசௌகரியம், ஆனாலும் அணியப் பெருமிதம்.

கைகளைச் சாய்த்துக் காற்றின் சுதந்திரமான போக்கை விவரிக்கும் அசைவில் சட்டையின் கைகள் மேலே சரிந்தன — உயரம் குறைவானதை வாங்கிவிட்டான். இறுதியாக, வெப்ப அளவு ஸீரோ டிகிரிக்கு அதிகமாக மெல்ல ஊர்ந்து செல்லும் என அளவான புன்னகையுடன் அவன் கணித்துச் சொன்னவுடன் எங்களது தொலைக்காட்சி

அறையில் சிறிய சலசலப்பு ஏற்பட்டது. அப்படியே பொழிவதற்குப் பதிலாக, பனியின் அளவு மில்லிமீட்டர் மில்லிமீட்டராக வானத்திலிருந்து கசியும். ஆனால், முக்கியமான விஷயம் என்னவென்றால் அந்தக் கடும் குளிர்த் தாக்குதல் முடிந்துவிட்டது. சாலைகளிலும் பாலங்களிலும் செல்வதற்கு எச்சரிக்கைகள் எதுவுமில்லை.

இங்குத் தங்கியிருக்கும் பலருக்கும் இந்தக் காலநிலை விழிப்பு இருக்கும். இங்கிலாந்து செல்லும் திட்டங்கள் தேங்கிய நீருடன் உறைந்துபோயிருந்தன. இனி அவற்றிற்கொரு முடிவு காலம் வரும். கப்பலின் வயிற்றுக்குள் அவளுடன் பதுங்கிச் செல்ல எனக்கு விருப்பமா என்று லிடியா கேட்டாள். உறைந்திருந்த அவளுடைய கனவுகள் மெல்ல உருகிக்கொண்டிருக்கின்றன. அது மிகவும் ஆபத்தானது. அவள் இன்னும் வயது முதிராதவள். அவளை யாரும் தொடக்கூட முடியாது. ரொட்டி வாங்கக் கடைக்குச் செல்லும் வழியில் சுரங்கப் பள்ளத்தில் ஒதுங்கக் கூட அவளுக்குத் தேவையில்லை. தன்னுடைய கால்ப்பந்து அணி சரியாக விளையாடவில்லையென்று கோப்பை கோப்பையாகக் குடித்துவிட்டு முழு போதையுடன் வந்து சரியும் குடிகாரனுக்குக்கூடப் போதாத ஒரு அடைசலான வீட்டில், அது கலையுணர்வுடன்கூடிய விசித்திர அழகுடன் இருந்தபோதும், தன் நாட்களை நித்தமும் கையில் ஒரு கோப்பை கார்ன் ஃபிளேக்ஸுடன் தொலைக்காட்சி முன்பாகத் தொடங்கி, இரவில் படுக்கையில் முடியப்போகும் வாழ்க்கைக்காகத் தனது இருப்பை ஏன் அடகு வைக்கிறாள்? இந்த ஆங்கிலேயர்கள் எல்லாம் வடிகட்டின முட்டாள்கள், அதை அறியாதவளா அவள்? சாலையின் தவறான பகுதியில் வண்டி ஓட்டுபவர்கள், கிரிக்கெட்டும் கால்ஃப் விளையாட்டும் உற்சாகமானது என்று நினைத்துக்கொள்பவர்கள். அவர்களுக்குத் தெரிந்த ஒரே உலக அழகி டயானா சீமாட்டி மட்டுமே. வம்புப் பேச்சுதான் தேசியப் பொழுதுபோக்கு, நரிகளைக் கொல்வதுதான் செல்வத்தின் அடையாளம் மற்றும் வேலையில்லாத் திண்டாட்டத்திலிருந்து மனதை மடை மாற்ற வேலையின்மை பற்றிய திரைப்படங்களையே திரையிட்டுக் காட்டுவார்கள். அதுபோன்ற இடத்தில்தான் அவளது மகிழ்ச்சி இருக்கிறதா?

முதலில், தனது பதினெட்டாம் பிறந்தநாள் வரும்வரை வெறுமனே காத்திருக்க அவள் விரும்பவில்லை. இரண்டாவதாக நான்காயிரம் பெல்ஜியம் ஃபிரான்க்ஸை வசூல் செய்யாமல் கடவுளிடம் செல்லக்கூட அவளுக்கு விருப்பம் அதிகமில்லை. முதல், இரண்டு காரணங்கள் என் மண்டைக்கும் புரிகிறது,

ஆனால் அந்த மூன்றாவது, போதையேறிய ஆங்கிலோ சேக்ஸனுக்குப் பதிலாக என்னை மனதில் வைத்திருக்கிறாள் – அது வேறு ஒரு கதை. அதை விழுங்க விரும்பினேன். எச்சில் இல்லாமல் தொண்டை வறண்டிருந்தது.

எத்தனை கசப்பாக வேண்டுமானாலும் தோன்றலாம். ஆனால் ஒரு புகலிடத்தைத் தவிர வேறெந்த இடத்திலும் என்னைக் காதலிப்பது எளிதானதல்ல. நான் ஒரு ஊடகப் புகைப்படக்காரனாக இருந்தபோது என்னை எதிர்மறையாகப் பேசும் இழிந்த குணமுள்ளவனெனப் பெண்கள் எண்ணிக் கொண்டார்கள்.

ஆனால் இப்போது, இப்போதைக்கு என்னை அவள் காதலிக்கிறாள். ஏனென்றால் பணியிலிருந்து களைத்துத் திரும்ப வேண்டிய தேவை எனக்கில்லை, ஏனென்றால், இன்னும்கூடத் துக்கப்பட எனக்குக் காரணங்கள் உள்ளன. எல்லாமே நல்லபடியாக நடக்கும் நாட்களில் என்னுடைய நிரந்தரத் துயரார்ந்த மனநிலையைப் பார்த்து அவள் எப்படி நடந்துகொள்வாள்? எனக்கும் தெரியவில்லை, அவளுக்கும் தெரியாது. சில வேளைகளில் கழிவறைக் காகிதச் சுருள் தீர்ந்துபோனால்கூட மாற்ற முன்வராத அளவுக்கு நான் சோம்பேறித்தனமாக இருப்பேன். அதை அவள் பொறுத்துக் கொள்வாளா? தூங்கும்போது பற்களை நெரிப்பேன், அதை அவள் சகித்துக்கொள்வாளா? இப்போது சகித்துக்கொள்ளலாம், ஆனால் எப்போதும் அப்படியே இருக்கமுடியுமா? என்னிட மிருந்து பிரியும் வாயு துர்நாற்றமடிக்கும், என்னுடைய கால் நகங்களை உரித்துவிடுவேன். சரியான நேரத்துக்கு உறங்கச்செல்ல மாட்டேன், சரியான நேரத்தில் எழமாட்டேன். எனக்குக் கச்சேரிகளும் நாடக நிகழ்வுகளும் திகிலாக இருக்கும் ஏனென்றால் பலத்த கரகோஷங்கள் AK 47 துப்பாக்கிகளின் கூட்டம்போல எனக்குத் தோன்றும். ஏனென்றால் என் கண்ணெதிரே அதுபோலக் கரகோஷம் முழங்கியபோதுதான் என் சகோதரி இறந்துபோனாள். என் உருளைக்கிழங்கு வறுவலைக்கூடச் சிதறாமல் வாயில் போட்டுக்கொள்ள எனக்குத் தெரியாது. இரண்டு பேருக்கு இவ்வளவு தேவை எனச் சரியான அளவைக் கணித்து எனக்கு ஸ்பெகட்டி சமைக்கத் தெரியாது. அப்புறம் என்னுடைய குணக் கூறுகளைப் பற்றி யாராவது என்னிடம் விளக்க முற்பட்டால் அவர்களிடம் மிகக்கடுமையாக நடந்துகொள்வேன்.

லிடியாவின் கண்களில் பிரார்த்தனை வழிந்ததை நான் பார்த்தேன். இறைஞ்சுதல்.

பிராப்ளம்ஸ்கி விடுதி

என் கண்களை மூடி அதில் அவளை அவளாக, சிறிய கால்சராய் உடையுடன் பார்த்தேன். நட்சத்திரங்களும் வால் நட்சத்திரங்களும் அந்தக் கால்சராயில் மின்னிக்கொண்டிருந்தன. அதுபோன்ற இடுப்பு உள்ளாடையை நான் வாங்கமாட்டேன், ஆனால் அவளோ அதில் அபூர்வ அழகுடன் மிளிர்ந்தாள். மூன்று நாட்களுக்கு முன்பு ஒரு வால்நட்சத்திரம் பூமியைத் தாக்கியது – எனது கட்டிலுக்கு மிக அருகில், குறிப்பாகச் சொல்ல வேண்டுமென்றால், மூலையிலிருந்து எண்ணி மூன்றாவது தரையோட்டின்மீது, ஆனால் உலகம் அழிவதற்குப் பதிலாக மேலும் அழகானதாக மாறிவிட்டது.

'மையத்தின் இயக்குனரிடம் ஆணுறைகள் வேண்டுமென்று கேட்டேன்' என்றாள் அவள், நட்சத்திரங்களைச் சுழற்றிக் கொண்டிருப்பவள். 'நாளை ஊசி போடுவதற்காக மருத்துவரைப் பார்க்கப் போகிறேன்.'

நாங்கள் இருவரும் இணையர் என்பது வெளிப்படையான ஒன்று, அது எனக்குத் தெரிவதற்கு முன்பே நிர்வாகத்துக்குத் தெரிந்துவிட்டது.

இங்கிலாந்து. கடந்த சில வாரங்களாக என்னுடைய எதிர்காலத்தைப்பற்றி யோசிப்பதை நிறுத்தக் கற்றுக் கொண்டுவிட்டேன் என்பது உண்மைதான். அதைப்பற்றிய எண்ணத்தைத் தள்ளிப்போட்டுவிட்டேன். என்னுடைய ஊரை விட்டு வெளியேறியபோது எங்கே செல்கிறேனென்று எனக்குத் தெளிவாகத் தெரியும். ஒரு புதிய வாழ்க்கை. எதன் பின்னால் போகிறேன் என்று எனக்குத் தெரியும், போப்ரோவ்னிகி எல்லையைத் தாண்டியதும் மகிழ்ச்சி எப்போதையும்விட வெகு அருகில் வந்துகொண்டிருக்கிறது என்பதை உணர்ந்துகொண்டேன். ஆனால் அன்றிலிருந்துதான் கோமாவில் விழுந்தேன். இந்த நாட்டிலேயே வசிப்பதற்கான அனுமதி ஆவணங்களுக்காக எவ்வளவு நீண்ட காத்திருப்போ அவ்வளவு மறதி ஏற்படுகிறது. மிகக் கச்சிதமான நிகழ்காலம், – கடந்த காலமற்ற, எதிர்காலமற்ற–நிகழ்காலம், லிடியா வந்து என்னுடைய பிரக்ஞைக்குள் இழுத்துவரும்வரை. அவள் செய்தது தவறென்றும் கூறமாட்டேன். முடிவு வரும்வரை காத்திருப்பதற்கு நீ ஒரு பைத்தியமாகத்தான் இருக்க வேண்டும். அதுபோக இரண்டாண்டுகள் இங்கிருப்பதென்பது பாதகமானதென்றும் சொல்லலாம். மகிழ்ச்சியைத் தேடிச் செல்கிறாயென்றால் இங்கேயே, இந்தப் புகலிடத்திலேயே

சுற்றியவாறு ஏன் புலம்பிக்கொண்டிருக்க வேண்டும்? இங்கிலாந்து. அந்த வார்த்தையே என் வயிற்றைக் கிழிப்பதுபோல உள்ளது, ஆனால் மற்ற நாடுகள் அனைத்தும் எங்களை மறுத்துக்கொண்டிருந்தால் எங்களுக்கு வேறென்ன தெரிவு உள்ளது?

'கிறிஸ்துமஸ்!' அவள் வாயிலிருந்து வெளிப்படுகையில் அந்த வார்த்தை எப்போதுமில்லாத அளவு புனிதமாக இருந்தது. 'கிறிஸ்துமஸ்! என்னைக் கேட்டால் அதுதான் துணிவுடன் காரியத்திலிறங்கச் சரியான சமயம். நாடு முழுவதும் கொஞ்சம் மந்தமாக இருப்பார்கள். துறைமுகக் காவல் அதிகாரி வெளியே சுற்றிக்கொண்டு ஆய்வு செய்வதைவிட ஒரு துண்டு கேக்குடன் ஒரு கோப்பை தேநீர் அருந்திக் கொண்டு உள்ளே அமர்ந்திருப்பார். சுங்க அதிகாரிகள் பணியில் ஈடுபாட்டுடன் இருக்க மாட்டார்கள். வீட்டில் இருந்துகொண்டு வான்கோழிக் கறியைத் திணித்துக்கொண்டிருப்பதை விரும்புவார்கள்.'

அவள் உண்மையிலேயே திறமையாகப் பொருட்களை விற்று விடுவாள். நிறைகளைச் சொன்னவள் அதிலுள்ள குறைகளைக் குறிப்பிடவேயில்லை. இங்கிருந்து உன்னை சட்டவிரோதமாகக் கூட்டிச்செல்ல முன்வரும் கப்பல் உரிமையாளர்களெல்லாம் நீங்கிப்போய் நீண்ட காலமாகிவிட்டது. கிட்டத்தட்ட யாருமே இல்லை எனலாம். கட்டணமற்ற பயணிகளைப் பார்த்தால் சுங்க அதிகாரிகள் மனிதக் கடத்தல் என்று சந்தேகப்பட்டு விடுவார்கள். அதற்கு பயங்கரமான பெருந்தொகையை அபராதமாகக் கட்டுவது மட்டுமல்லாமல், கப்பல் பணியாளர்கள் காவல் நிலையத்தின் லொடலொட வென்று சத்தமெழுப்பும் தட்டச்சு இயந்திரத்தின் முன் நின்றபடி தாங்கள் குற்றமற்றவர்கள் என்று நிரூபிக்கத் தங்கள் பொன்னான நேரத்தை வீணடிக்க வேண்டும். மற்றவை நிச்சயம்: தொங்கவிடப்பட்டிருக்கும் ரொட்டிக்கான இறைச்சிக்குப் பின்னால் நீ பதுங்கியிருப்பதைக் கப்பலின் சமையல்காரன் கண்டுபிடித்துச் சொல்லிவிட்டால் கப்பலுக்கு வெளியே உன்னை வீசிவிடுவார்கள். அது கப்பல் அதிகாரிகளின் சிரமத்தைப் பெருமளவு குறைத்துவிடும். யாருக்கும் எதுவுமே தெரியாது, யாரும் உன்னை நினைத்துப்பார்க்கப் போவதுமில்லை. ஏதோ ஒரு மீன்பிடிக் கப்பலின் வலை, துருவேறிய சைக்கிள் மற்றும் சூரை மீன் கூட்டத்திற்குமிடையே எங்கிருந்தோ உன்னுடைய ஒரு பாதத்தையும் இழுத்துவரலாம். அதை மட்டும்தான் அவர்களால் கண்டுபிடிக்க முடியும்.

கப்பலின் சரக்குக் கிடங்கை அவள் எப்போதாவது நெருக்கத்தில் நின்று பார்த்திருக்கிறாளா? நீ அப்படியே உள்ளே

குதிக்கக்கூடிய இடமல்ல அது. குதித்துத் தரையில் விழுந்து எலும்பு நொறுங்கிப் பரத்திக் கிடக்க முடிவெடுத்தாலொழிய. சில துருப்பிடித்த கிடங்குத் தொட்டிகளில் ஒன்றின்மேல் ஒன்றாக ஏழுக்கும் மேற்பட்ட இரும்புக் கொள்கலன்களை அடுக்குவார்கள். அவ்வளவு ஆழமான தொட்டி அது. அதற்குள் நீ உன்னை அடைத்துக்கொண்ட பின் அங்கேயேதான் காத்திருக்க வேண்டும். அதிர்ஷ்டமிருந்தால் மூக்கைச் சொறிந்து கொள்ளுமளவுக்கு இடம் கிடைக்கும். அவர்கள் கப்பலைக் கிளப்புவதற்காக நீ காத்திருக்கிறாய். இயந்திரங்கள் சுழல்வதற்காக. அது எழுப்பும் பேரோசையில் உன் தலைமுடியின் வேர்கள் பிளந்து கபாலமெங்கும் பரவுகிறது. நீ கிளம்பிவிட்டாய், விடுதலையை நோக்கிய உனது பயணம் தொடங்கிவிட்டது. அதன்பின்? அந்தக் கப்பல் சரியான திசையில்தான் செல்கிற தென்று எப்படி நிச்சயமாகச் சொல்லமுடியும்? சரி, கப்பல் நிறுத்திவைக்கப்பட்டிருக்கும் துறையில் நின்று அதன் முகப்பில் தெரியும் ஆங்கில நகரங்களின் பெயரைப் படித்துவிட்டு அதன்பின் சந்தடியின்றி கிடங்கிற்குள் நழுவிச்சென்று விடலாம். நீ நினைத்துக் கொள்வாய், ஆஹா, நீ உன் இலக்கை அடைந்து விட்டாய் என்று... ஆனால் அந்தக் கம்பனியோ கப்பலுக்குச் செலுத்த வேண்டிய தொகைக்காக, அதை ரோட்டர்டாம் துறைமுகத்திற்கு அனுப்பி அங்கு சில கௌடா சீஸ் கட்டிகளை ஏற்றிக்கொண்டும், அதன்பின் ஏழு சரக்குக் கலன்கள் செடார் சீஸ் கட்டிகளை நார்வே துறைமுகத்தில் இறக்கவும் வேண்டியிருக்கும். அங்கே கப்பலின் சில சிறிய பழுதுகளைச் சரி பார்ப்பதற்காகச் சற்று நேரம் நிறுத்துவார்கள். கடலின் வெறுமையைச் சற்று நேரம் மறக்க அழகிய விலைமகள்களுடன் நேரத்தைக் கழிப்பதற்காகக் கடற் பணியாளர்கள் கரைக்குச் செல்வார்கள். நீ எவ்வளவு நேரம் சரக்குக் கொள்கலன்களுக்கிடையே உடலைக் குறுக்கிக்கொண்டு நிற்பாய்? உனக்குப் போதுமான உணவை எடுத்து வந்தாயா? போதுமான அளவு பானம்? இன்னும் நீ உறைந்துபோகவில்லையா? இயந்திரங்களின் வெப்பத்தால் உன் உடலில் நீர் வற்றாமல் இருக்கிறதா? கடல் கப்பலை அசைத்துக்கொண்டே இருக்கிறது, நீ வாந்தியெடுக்கிறாய். ஏனென்றால் தொடர்ச்சியாகப் பல நாட்களாகக் கணக்கற்ற முறை மேலும் கீழுமாக, மேலும் கீழுமாக, மேலும் கீழுமாக –சில வேளைகளில் மெதுவாக, சில வேளை களில் மிக வேகமாக நீ அலைக்கழிக்கப்படுகிறாய்–உன்னைப் போன்ற நிலத்தில் இருப்பதையே விரும்பும் ஒரு நபருக்கு இது தாளமுடியாத ஒன்றுதான், அதனால் ஓங்கரிப்பதை உன்னால் நிறுத்தவே இயலாது. நீ இறக்கப் போகிறாய், ஆனால் உனது அபயக் கூக்குரல் எந்த வகையிலும் உதவப் போவதில்லை. அதைக் கேட்பதற்கு யாருமே இல்லை.

டிமிட்ரி வெர்ஹல்ஸ்ட்

'உனக்கு என்னுடன் வர விருப்பமில்லை.'

'நான் சொல்லவந்தது அதுவல்ல, அதிலிருக்கும் அபாயங்களை உனக்குச் சொன்னேன். கப்பல் ஒரு சரக்குந்து போல அல்ல'

'அதைத்தான் நான் சொல்கிறேன், உனக்கு என்னுடன் வர விருப்பமில்லை.'

'அதைப்பற்றி நான் நன்றாக யோசிக்க வேண்டும் லிடியா, கிறிஸ்துமஸ் சமயத்தில் அதிகக் கூட்டம் இருக்கும். அதற்கு இன்னும் ஐந்து நாள்தான் உள்ளது... ச்சே!'

அங்கு நிலவிய அமைதி, எனக்குப் பழைய அமைதிகளை நினைவுபடுத்தியது. அதன்பின் வாயிலில் ஒரு பெண்ணின் குதிகால் காலணியைப்பார்த்தேன். அவள் பெயர் பெத்தினா, அவளும் இப்போது லிடியா சொல்வது போலவே பல காரணகாரியங்களை அடுக்கிக்கொண்டிருந்தாள். சில சமயங்களில் நினைத்துக்கொள்வேன், நான் அவளைத்தான் விட்டுவந்தேன், எனது நாட்டை அல்ல.

'இங்கிலாந்து செல்லச் சுரங்கம் என்றுகூட ஒரு விஷயம் உண்டு.' பாதுகாப்பாகத் தெரிகிறது. அதன் வழியாகச் சென்று சேர்ந்தவர்களும் உண்டு. உண்மையில் என் நினைவுகளிலிருந்து எடுத்து நான் எனக்குள் பேச முயற்சி செய்துகொண்டிருந்தேன், ஆனால் ஏற்கெனவே மிகவும் தாமதாமாகிவிட்டது.

'உன்னால் எவ்வளவு சிறப்பாக ஒருவருக்கு விடை தர முடியும்?'

நான் பிரபஞ்சத்தை, விண்மீன்களை, வால்நட்சத்திரங்களை நோக்கினேன். மூன்று நாட்களுக்கு முன்பு நான் அதை முத்தமிட்டேன். விடைதருவதில் நான் எவ்வளவு சிறப்பானவானாக இருப்பேன்? அதில் நான் நிபுணன். ஒவ்வொரு முறையும் மிக மோசமானவன்.

அவள் தன் ஜீன்ஸை மேலே உயர்த்தினாள். சூரியனின் குறுக்காக ஒரு மேகம் சரேலென்று சறுக்கியது.

சந்தர்ப்பம் தவறிய கிண்டல்

எங்களுக்கு வழங்கப்படும் சவரக்கத்திகளின் தரத்தைப் பற்றி ஒவ்வொருவருக்கும் மாறுபட்ட கருத்து இருப்பது நல்ல விஷயமே, ஏனென்றால், எல்லோரும் ஒத்த கருத்துக் கொண்டிருந்தால் நாங்கள் இப்போது போலவோ அல்லது எப்போதாவதோ சவரக்கத்திகள் பற்றிப் பேசிக்கொண்டிருந்திருப்போமா என்று தெரியவில்லை. என்னைப் பொறுத்தவரை, எல்லோரும் கூட்டமாகக் குழுமித் தங்கள் நாட்டைப் பற்றியே பிதற்றிக்கொண்டிருப்பதைவிட சவரக் கத்திகளைப்பற்றிப் பேசுவது கொஞ்சம் மாற்ற மாக இருக்கும். ஆனால் குறிப்பிட்ட நபர்களிடம் மட்டுமே நீண்ட நேரம் பேசிக்கொண்டிருக்கும் முட்டாள்த்தனத்தைச் செய்தால், அங்கும் யாரோ ஒருவர் தங்கள் நாட்டின் சவரக்கத்திதான் தரமானதென்று ஆரம்பித்துவிட வாய்ப்புண்டு. அதனால் எதற்கும் வளைந்துகொடுக்கும் தன்மையோடும், பேசும் பொருளைப்பற்றிச் சற்றுச் சிரமப்பட்டாவது யோசனை செய்தும் மற்றவர்களுடன் உரையாட வேண்டியது மிக அவசியம். இப்போது சவரக்கத்திகள் தரமானது என்னும் கருத்துக்கு ஒத்துப்போகாமலிருப்பது உன் வாழ்வுடன் தொடர்புடையது – வாழ்க்கையை வாழும் விருப்பத்தைத் தரக்கூடியது. சவரக்கத்திகள் போன்ற விஷயங்கள் எல்லாம் பேசுவதற்கு லாயக்கற்றது என்று எண்ணுபவர்கள் தங்கள் வாழ்வின்மீது தங்கள் பிடிப்பை இழந்தவர்களா கிறார்கள். இந்தக் கண்ணோட்டத்தில் பார்க்கையில்,

தன் ரத்த நாளத்தைக் கத்தியால் அறுத்து அதன் தரத்தை ஸெடி தெளிவாக நிரூபித்திருக்கிறான் என்ற விஷயத்தைக் கேட்கையில் யாருக்குமே அது வேடிக்கையாக இருக்க வில்லை. அவனைப் பார்க்கையில் இன்னும் மூச்சு விட்டுக் கொண்டிருந்தான், – உள்ளே இழுப்பதைவிட வெளியே மூச்சைத் தள்ளிக் கொண்டிருந்தான்—ஆனால் சுவாசம் இருந்தது. ஷௌகத், எதிலும், எங்கும் வியாபார ஆதாயத்தைப் பார்ப்பவன், உடனே இந்தத் தற்கொலை முயற்சியில் ஸெடி தப்பிப் பிழைத்து விடுவான் என ஒரு பாக்கெட் சிகரெட் பந்தயம் கட்டினான்.

இப்போது ஷௌகத் பெரும் சிக்கலில் இருந்தான், ஏனென்றால் அவனிடம் ஒரு சிகரெட்கூட இல்லை. ஸெடியின் பொருட்களை மற்றவர்களுக்கு ஓரளவு நியாயமாகப் பங்கிட்டுக் கொடுக்கையில் அவனுக்கு அதில் சற்றும் வாய்ப்பில்லை. அதில் ப்ரோசினேக்கிக்குத்தான் நல்ல லாபம் கிடைத்தது. அவனுக்கு ஸெடியின் ஹவாய் சட்டை கிடைத்தது. அவன் இம்முறை பிரஸல்ஸ் சென்று தனது புகலிட விண்ணப்பத்துக் காக வாதாடுகையில் அணிந்துகொள்ள 'உண்மையிலேயே' மோசமான ஒரு ஆடை கிடைத்தது. சவரக்கத்திகளின் தரம் பற்றிய ஒருமித்த கருத்துடன், அந்த அந்நியத் துறையில் நாகரிகமாகத் தோற்றமளிக்காமல் இருப்பதே நல்லது என்னும் ஒரு மனதான கருத்தையும் எட்டியிருந்தோம். இல்லையென்றால், இந்தப் பூமி கிரகத்தில் மிக அருமையான வாழ்வை வாழ்ந்துகொண் டிருப்பதாக அவர்கள் நினைத்துக்கொள்வார்கள். அதன் விளைவாக உனது விண்ணப்பத்தை ஏற்றுக்கொள்ள ஒரு காரணமும் இல்லையென்று முடிவெடுத்துவிடுவார்கள். அந்த நேர்முகத்துக்கு விலங்குத் தோலால் ஆன மேலங்கி அணிந்தும், டை கட்டிக் கொண்டும், கேசத்தில் ஒரு புட்டி நிறைய இளஞ்சிவப்புக் கூந்தல் திரவத்தைக் கொட்டிச் சீவியும், நகங்களைக் கடித்துக் குதறாமல் நேர்த்தியாக வெட்டிக்கொண்டும் சென்ற அந்தக் கொஸாவா நாட்டுக்காரனைப் பார். ஒரு வாரம் கழித்து அதே தோலாடையுடனும் டையுடனும் விமானத்தில் ஏற்றி அனுப்பிவிட்டார்கள். ஜன்னலுக்கு வெளியே தெரியும் ஆர்டனஸின் அழகான இயற்கைக் காட்சிகளைப் பார்க்கையில் அவன் நகங்களைக் கடித்துக் கொண்டிருந்தான். ஆனால் அதிலும் தப்பித்துக்கொள்ளச் சில தந்திரங்கள் உண்டென மக்ஸூத் சொல்வான். "அவர்களைப் போன்ற நிராகரிக்கப் பட்ட புகலிட விண்ணப்பதாரர்கள் அனைவரையும் சொகுசு விமானத்தில் அனுப்பிவைக்க பெல்ஜியன் அரசாங்கத்திடம் பணம் இல்லாத காரணத்தால் நிராகரிக்கப்பட்ட அகதிகளை விடுமுறைச் சுற்றுலாப் பயணிகளுக்காக ஏற்பாடு செய்யப்பட் டிருக்கும் சாதாரண விமானத்தில் அனுப்புவார்கள். நீ செய்ய

வேண்டியதெல்லாம், புலம்பி, ஆர்ப்பாட்டம் செய்து, தொண்டை கிழியக் கத்தி, அழுது, அலறி, கூக்குரலிட்டு அமர்க்களப்படுத்த வேண்டும். பயணிகள், விமான ஓட்டிகள் இருவருக்கும் தலைவலி கொடுக்க வேண்டும். அவர்கள், யுகோஸ்லாவியாவின் இதமான தட்பவெப்பமுள்ள கடற்கரைக்குச் செல்வதற்காகப் புகைப்பிடிக்க அனுமதியற்ற அந்த விமானத்தில் செல்ல பெரும் தொகையைக் கொடுத்திருப்பார்கள். அவர்களுக்கு அங்கு சொல்லப்படும் பாதுகாப்புச் செயல்முறைகளையோ அல்லது காணொலியிலேயோ கவனம் செலுத்த முடியாது, உடனடியாக விமான ஊழியர்கள் உன்னை வெளியே உதைத்துத் தள்ளுவார்கள். உன் சொந்த நாட்டுக்குத் திருப்பியனுப்பும் அவர்களின் அடுத்த முயற்சியின் போதும் இதே நாடகீய, சக்தி வாய்ந்த பயண உத்தியைப் பிரயோகித்து இறுதியில் அது அந்த விமான சேவைக்குப் பல வாடிக்கையாளர்களை இழக்கும் அபாயத்தைத் தோற்றுவிக்கும் தருவாயில், உன்னுடைய கிறுக்குத்தனத்தைப் பொறுக்கமுடியாமல் புட்டத்தில் உதைத்துத் தள்ளி, உன் வழியை நீயே பார்த்துக்கொள் என்று அனுப்பிவிடுவார்கள். இப்படி ஏதாவது நிச்சயம் செய்வாய்.

அவ்வளவாகச் சத்தானதில்லையென்றாலும், உறுதியாகச் சுவையான துண்டொன்று ஸெடியின் மரணத்திலிருந்து கிடைத்ததென்றால் அது பயஸின் கைகளில் விழுந்தது. அந்தத் துர்பாக்கியசாலியுடன் அறையைப் பங்கு போட்டுக் கொண்டிருந்தவன், இப்போது தனியாக உறங்குகிறான். அது நீண்ட நாட்களுக்கு நீடிக்காதென்றாலும், இருக்கும்போது அனுபவித்துக்கொள்ளலாம்.

பயஸ் அதிகம் தன்னை வெளிப்படுத்திக்கொள்ளாத நபர். மிக அரிதாகவே கலந்துரையாடல்களில் கலந்துகொள்பவன். அவனுக்கு எந்தப் புகார்களுமில்லை. பயஸ் அதிகம் வெறுப்பது ஒன்றே ஒன்று, தான் பயஸாக இருப்பதைத்தான், அது அவன் அதிக முட்டாள் இல்லை என்பதைக் காட்டுகிறது. ஓரளவுக்கு அவனுடைய கதை யாருமறியாத வகையில் கட்டுக்கோப்பாக இருக்கிறதென்று கருத்தில் கொண்டாலும், பல்கலைக்கழகப் பத்திரிகை ஒன்றின் கறாரான விமர்சக ஆசிரியராக இருந்ததால் தாய்நாட்டில் அவனுடைய தலைக்கு அதிக விலை நிர்ணயித்திருந்தார்கள். அவன் வடிவமைக்கும் குறுக்கெழுத்துப் புதிர்கள் அனைத்தும் பொதுவாக அரசைக் கவிழ்க்கும் ரகசியக் குறிப்புகளால் நிரம்பியிருக்கும். அவர்கள் அரசு அதுபோன்ற செயல்களை அனுமதிப்பதில்லை. அதற்காக மட்டுமன்றி அரசுக்குக் குறுக்கெழுத்துப் புதிர்களுக்கு விடை காண்பதை விட செய்வதற்கு அப்படியொன்றும் பெரிய

வேலையில்லை என்று அவன் பழிப்புக் காட்டியதற்காகவும் மேலும் தீவிரமாக அவன் மண்டையைத் தேடினார்கள்.

பயஸின் கதை அந்நியக் குடியுரிமைத் துறையையே திணறவைத்தது. அனைத்து முட்டாள்த்தனமான விதிகளும் கச்சிதமாகப் பொருந்திப்போவதால் அவனை ஒவ்வாதவன் என்னும் அடிப்படையில் திருப்பி அனுப்பவும் முடியாது. மிகத் தீவிரமான கலந்துரையாடலுக்குப் பின், சிறிய எண்ணிக்கையா லான உறுப்பினர்களின் கருத்துப்படி (மற்ற உறுப்பினர்கள் விலகிக்கொண்டார்கள்) எந்தவிதமான முடிவுக்கும் வராத நிலையைத் தீர்மானித்தார்கள். புகலிட விண்ணப்பதாரராக பயஸ் இப்போது நனது பதினான்காம் மாதத்திற்குள் நுழைகி றான். ஆனால் அவனுடைய புறத்தோற்றத்தைப் பார்த்தால் இன்னும் எந்தவிதத்திலும் அவன் மனம் பிறழவில்லை என்றே தோன்றுகிறது. பதினான்கு மாதங்கள் இந்தப் போர்க்களத்தில், கலகத்தின் விளிம்புகளில் வாழ்ந்த பின்னும் அவன் தலை குப்புற விழாமல் இருப்பதன் காரணம் மர்மமானதென்றால் அதன் விடையோ ஏமாற்றத்தைத் தரக்கூடிய அளவுக்கு எளிமையானது. அவன் இங்கு தனது விடுமுறைக் காலத்தில் இருக்கிறா னென்று பாவனை செய்துகொள்கிறான். இயன்றவரை அதை மிகவும் முழுமையாக, நேர்த்தியாக, ஒரு ஆராய்ச்சியாளர்போல, ஒரு ஆய்வுப் பயணம் செய்பவர்போல, அவன் கையில் ஒரு உலக வரைபடத்தைக் கொடுத்து அதன் விடுபட்ட வெற்றிடங் களில் வண்ணம் தீட்டச் சொன்னதுபோலச் செய்கிறான். மணிக்கணக்கில் வரைபடத் தாளின் முன் குனிந்து, இந்தத் தூய பிரதேசத்தின் ஒவ்வொரு தகவல்களையும் கிறுக்கிக் கொண்டே இருப்பான். *அழகிய கிரகத்தின் வழிகாட்டி: பிராப்ளம்ஸ்கி விடுதி* என்பதுதான் தலைப்பு, அதுதான் உட்சபட்சத் தரமான வழிகாட்டிப் புத்தகமாகத் தேர்வாக வேண்டும்போல இருக்கும்.

அழகிய கிரகத்தின் வரைபடம்: பிராப்ளம்ஸ்கி விடுதி — மிகச் சிறப்பான புகலிட மையத்திற்கான ஆகச்சிறந்த வழிகாட்டி (சாதாரண அட்டைப் பதிப்பு). இதன் சிறப்பம்சங்கள்:

புகழ் பெற்ற குளியலறை முதல் அடுக்குத் துயிலிடம் வரையுள்ள சுவாரஸ்யமான இடங்களைப் பற்றிய **தெளிவான விவரணைகள்**.

இரவுகளில் தங்குவதற்குச் சிறந்த வளாகம், தொலைக்காட்சி அறை, வரவேற்புக் கூடம், குழந்தைகளுக்கான வீட்டுப் பாட வகுப்புகள் மற்றும் பல விஷயங்கள் பற்றிய **நம்பத்தகுந்த அலசல்கள்**.

அந்நியக் குடியுரிமைத் துறை, கொள்கலன்களின் நிறுத்தம் மற்றும் பல காணத் தகுந்த தலங்களுக்கான **பயணக் குறிப்புகள்**.

சுவாரஸ்யமான பல இடங்களையும், (நட்சத்திர அந்தஸ்து பெற்ற) பயண இலக்குகளையும் காண்பிக்கும் **வண்ண வரைபடம்**.

எதிர்காலத்தில் சட்டத்திற்குப் புறம்பாகக் குடியேறு பவர்களுக்குத் தேவையான **பின்னணித் தகவல்கள் மற்றும் பயனுள்ள குறிப்புகள்**. உள்ளூர் குடிசைப் பகுதி களின் தலைவர்கள் மற்றும் தாதாக்களைத் தொடர்பு கொள்ள உதவியாக அவர்களின் தொலைபேசி எண்களும் இதில் அடக்கம்.

அதில் குறுக்கெழுத்துப் புதிர் எதுவும் சேர்க்கப்படவில்லை. கத்திச் சண்டையில் வெற்றி பெற்றபின் நாற்பத்தியிரண்டு நாட்கள் வீட்டுக் காவலில் வைக்கப்பட்டு, தனது அறைக்குள்ளேயே பயணம் செய்ததைப் பதிவு செய்த எழுத்தாளர் சேவியர் தி மாஸ்க்ரே[1] மிகச்சிறந்த உதாரணம். (இங்கு அது புத்திசாலிக் காவாலிப் பயல் பயஸ்தான்) சில வேளைகளில் பயணம் என்பது மொழிகளின் பாற்பட்டது. துறவி மடத்தின் சாப்பாட்டுக் கூடம் என்பதற்குப் பதிலாக உணவகம் என்று எழுதினால் அந்த நாளே மாறித் தெரியும். மேலோட்டமாகப் பார்க்கையில், பயஸின் இந்தப் பயண வழிகாட்டியை, நாடகத்தின் இடைச்செருகலாக வரும் அங்கதத் துணுக்கு நிகழ்ச்சி என்று நாம் கருதினாலும், இதை எழுதிய அவன் உண்மையிலேயே அதைக் கடைப்பிடிக்கிறான். மிக ஆசுவாசத்துடன் குளியலறையை நோக்கித் தளர்வாக நடந்துசெல்கையில் பளிச்சென்ற மஞ்சள் வண்ண ரப்பர் இரட்டை வார் செருப்பை அணிந்துசெல்வான். பொதுவாக அதன் வடிவம் பெண்கள் அணிவதற்கேற்றவாறு இருப்பதால், பாதங்களை நோக்கிக் கவனத்தை ஈர்ப்பதற்காக அதைப் பெண்களே அணிவார்கள். குளியலறை நீர்த் தூவியினடியில் நின்றுகொண்டு, முகாம்களில் தங்கியிருக்கும் விடுமுறை விரும்பிகள் பாடும் உல்லாசக் குரலில் பாடிக்கொண் டிருப்பான். தலையில் சோப்பைக் குழைத்துத் தேய்க்கையில் நல்லவேளையாக இங்கு யாருக்குமே தனது இசை ஞானத்தை நிரூபிக்க வேண்டுமென்ற உணர்வுகொண்ட ஒருவர்கூட இல்லையென்று நான் பெருமிதப்பட்டுக்கொண்டிருந்தேன்.

---

1. சேவியர் தி மாஸ்க்ரே: பதினெட்டு–பத்தொன்பதாம் நூற்றாண்டில் வாழ்ந்த ராணுவக்காரர்; எழுத்தாளர்.

ஆனால் பயஸ் அனைத்தையும் மாற்றிவிட்டான். கோடை காலத்தில் சூரியன் சுட்டெரித்தால், உள் முற்றத்தின் கடினமான சிமெண்ட் தளத்தில் துண்டை விரித்துப் போட்டுப் படுத்து வெந்துகொண்டிருப்பான். அது அவனது நாளை எளிதாக்கும். அவனுடைய பயண வழிகாட்டியின் படி, ஒரு அத்தியாயத்தில், சூரியனை வழிபடுபவர்களுக்காகப் புகலிடத்தின் எந்தப் பகுதியில் வருடத்தில் அதிக நேரம் சூரிய வெப்பம் கிடைக்கிற தென்று குறிப்பிடப்பட்டுள்ளது. அமைதியையும் நிம்மதியையும் விரும்புபவர்கள் அதற்கு உகந்த இடங்கள் பற்றிய சிறு குறிப்பைப் பக்கம் நாற்பதில் பார்க்கலாம். பாலியல் ருசிக்காக வரும் இன்பச்சுற்றுலாவாசிகளுக்கு அன்னாவை அடையும் பாதையும் தரப்பட்டுள்ளது.

அவனுடைய மகத்தான படைப்பு மூன்று சீர்படுத்தப் பட்ட பதிப்புகளாக முன்னேறிக் கணிணி வகுப்புகளில் அச்சிடப்பட்டு வந்தது. ஆனால் வாங்குபவர்கள்தான் யாரும் இல்லை. நான் ஒருவன் மட்டும்தான் அதை வாசிக்கும் முட்டாள்த்தனத்தையும், அதற்கு ஒரு பாக்கெட் சிகரெட் களையும் விலையாகத் தந்தவன். அந்தக் கொடுமையை வாசிப்பதைத் தவிர எனக்கு வேறு வழியில்லை, ஏனென்றால் ஏதோ ஒரு புரியாத காரணத்திற்காக அதை எனக்கு அர்ப்பணம் செய்திருந்தான். அதன் பின்னும் ஒரு பாக்கெட் சிகரெட்டு களுக்குக்கூட அவன் விலையில் சமரசம் செய்யாதபோது எனக்கு அதிர்ச்சியாக இருந்தது. அந்தச் சமயத்தில் அவன் புதிய தொழில் உபாயத்தைப்பற்றி யோசித்துக்கொண்டிருந்தான். புகலிட மையத்தின் படங்கள் அச்சிடப்பட்ட தபால் அட்டைகள் நன்றாகப் போகும் என்ற எண்ணம் அவன் தலையில் வேர்விடத் தொடங்கியது. தாங்கள் விட்டுவந்த குடும்பத்துக்குக் கடிதம் எழுதுகையில், தங்கியிருக்கும் மையம் இப்படியெல்லாம் இருக்கும் என்று குழப்பமில்லாமல் விளக்கிச் சொல்லிவிடலாம். ஆனால் புகைப்படக் கருவிதான் பிரச்சனை – பயஸால் மலிவான ஒன்றைத் தேர்வுசெய்ய முடியவில்லை. அந்த உணர்வு எனக்குத் தெரியும்.

ஆனாலும் பயஸின் இயற்கைக்கு மாறுபட்ட விசித்திரமான நடவடிக்கைகள் கவனிக்கப்பட்டன. அவன் ஒரு மகா கிறுக்கன் என அல்பேனியர்கள் கருதியதால் அவன் அடிப்பதற்குக்கூடத் தகுதியில்லாதவன் என விட்டுவிட்டனர். ஒவ்வொரு வியாழக் கிழமையும் மாலை மூன்று மணியிலிருந்து நான்கு மணி வரை அன்னிக் என்னும் பெண் உளவியல் சிக்கல்களுக்கு உதவி

செய்வார். அவளுடைய அறையின் ஆழ்ந்த வண்ணங்கள் எனக்குத் தலைவலியைக் கொடுக்கும், அங்கிருக்கும் நாற்காலி, முதுகுக்குக் கேடு விளைவிப்பதாக இருக்குமென்றாலும் உள்ளத்துக்கு நன்மை பயப்பதாக இருக்கும். நமது கவலைகளையெல்லாம் மறக்கச் செய்யுமளவுக்கு இனிமையான சங்கீதம், அதனுடன் அவள் அணிந்திருக்கும் கண்ணாடிக்குப் பின்னால் கச்சிதமாக அமைந்திருக்கும் மாபெரும் விழிகள், – கண்ணாடிப் பெட்டகத்தினுள் இருக்கும் கலைப் படைப்பு. உளவியல் நிபுணர்களைச் சந்திக்க வேண்டுமென்று கட்டாயமில்லை, அவர்களின் இயற்கையான மனப்போக்கே, மக்களைத் தங்களுடன் நேர் கொண்டு பேசவைத்தல் என்பதால், அவளைப் பார்க்கச் செல்வதற்கே நீ முதலில் முழுப் பைத்தியமாக இருக்க வேண்டும். பிரச்சனை என்னவென்றால் உற்சாகமான நிகழ்வுகள் இங்கு மிகக் குறைவு, அதனால் அன்னிக் இதமான மாற்றுக் கவனம். என்னுடைய பொய்யை நானே ஏற்றுக்கொள்வதாக இருந்தால், மற்றவர்களுடன் இதமாகப் பேசுவதுதான் அவள் பணியென்பதை நான் மறந்துவிட்டால், அன்னிக்கிடம் பேசுவது இனிமையான அனுபவம் என்று நம்புவதில் நான் வெற்றியடைந்துவிடுவேன். முஸ்லிம்களும் மற்றும் பெண்கள் பேச்சை அதிகம் கேட்கக்கூடாது என்னும் ஏதோவொரு கோட்பாட்டைப் பின்பற்றுபவர்களும் அவர்களுடைய மனச் சாந்தியை, செவ்வாய்க் கிழமைகளில், அதே மூன்றிலிருந்து ஐந்து மணிக்குள் வரும் ஆட்ரியிடம் சென்று பெற்றுக் கொள்ளலாம். ஆட்ரியின் மூக்குத் தண்டிலும் கண்ணாடிப் பெட்டி இருந்தது. வித்தியாசம் என்னவென்றால் அதன் பின்னே அவ்வளவு சிறப்பாக ஏதும் இல்லை என்பதால் நான் அன்னிக்கைப் பார்ப்பதையே விரும்புகிறேன். முதல் தடவை இங்கு சலிப்பாக இருந்ததால் சென்றேன். இரண்டாம் முறை சென்றதன் காரணம் காமம். இப்போதெல்லாம் துன்பத்தின் காரணமாகச் செல்கிறேன். எனக்கு உதவ முடியாதென்று அவள் கூறி விட்டாள். துன்பத்தை வளர்த்துக் கொள்கிறேன், அப்போதுதான் வரும் வாரங்களிலும் அவளைக் காண வேண்டிய தேவை மேலும் அதிகரிக்கும். என்னுடைய மாறாத, உன்னதமான இருண்ட எதிர்காலத்தைப் பற்றித் தொடர்ந்து சொல்லிக் கொண்டேயிருந்தேன். இங்கிருந்து திருப்பி அனுப்பப்பட்டால் நான் கொலை செய்யப்பட்டு விடுவேன் என்னும், கசப்பான உண்மையால் எனது எண்ணங்கள் ஆக்கிரமிக்கப்பட்டிருக்கிறன என விரக்தியாகச் சொல்லியிருந்தேன். ஏழு அமர்வுகளுக்குப் பிறகு, மரணத்திற்குத் தயாராவதைத் தவிர நான் செய்வதற்கு ஏதுமில்லை என்று கூறி விட்டாள். ஒவ்வொரு வியாழக்கிழமையும், மூன்று மணியிலிருந்து ஐந்து மணி வரை நான் மரணத்திற்கு தயாராவதற்கு அன்னிக் உதவி செய்துகொண்டிருந்தாள். அவளைப்

பொறுத்தவரை ஐயங்களைத் தீர்த்துக்கொண்டிருந்தாள். எனக்கோ அது என் குறியில் விறைப்பைத் தந்து கொண்டிருந்தது.

ஐந்து மணியாகி விட்டது, இரவு உணவு நேரம். வியாழக் கிழமைகளில், அன்னிக்கின் அமர்வு முடிந்ததும், உடனே எங்களுக்கு நூடுல்ஸ் தரப்படும். மரணத்துக்குத் தயாராகும் நிலை என்பது எந்தப் புண்ணாக்கையும் வாய்க்குள் எளிதாகத் திணிக்க உதவுகிறது.

முதலில், தலையைச் சுற்றலில் விடும் உளவியல் நிபுணரின் பிதற்றலைக் கேட்கும் அளவு என் நிலையைத் தாழ்த்திக் கொண்ட கோழையாக என்னைப் பார்த்தார்கள். இப்போதோ சில பேர் என்னுடைய உதாரணத்தைப் பின்பற்றத் துவங்கி விட்டார்கள். என்னுடைய உளவியல் சிகிச்சைக்கு நான் முன்பதிவு செய்து நேரத்தை உறுதி செய்யும் நிலை கூட ஏற்பட்டது. காரணம் என்னவென்றால், பயஸ் சுத்தமான பைத்தியம் என்று அறிவித்து அவனைப் பற்றிய அத்தனை ஐயங்களையும் அதிகாரப்பூர்வமாக நீக்கி விட்டாள் அன்னிக். அதைக் கறுப்பு வெள்ளை அறிக்கையில், அந்நியர் குடியுரிமைத் துறையின் முத்திரை அதிகாரிகளைக் கவரும் வகையில் தேர்ந்தெடுத்த அலங்கார வார்த்தைகளால் அதைத் தெரியப்படுத்தினாள். பைத்தியகார மனிதர்கள் அனைவரும் நோயாளிகள். எங்கேயோ, ஏதோ ஒரு சட்ட அமைப்பில், ஏழாவது பிரிவின் பதினெட்டாம் உட்கூறின் பிற்சேர்க்கையின் அடிக்குறிப்பில் உள்ள அடிக்குறிப்பு புகலிடத்தின் மிக நலிவடைந்த நோயாளிகளை அவர்கள் நாட்டுக்குத் திருப்பி அனுப்பப்படுவதைத் தடை செய்கிறது என்று குறிப்பிட்டிருந்தது. வேறு வார்த்தைகளில் சொல்வதென்றால் பயஸ் அதை நிகழ்த்திவிட்டான். தங்கள் பணியை அறவே வெறுத்து ஒதுக்கும் வசீகரமான செவிலியர்களோடு அவன் எதிர்காலத்தை எதிர்கொள்ளப்போகிறான். அவர்களது அழகைக்கூட அவன் ரசிக்க முடியாத அளவு போதை மருந்து மாத்திரைகளைக் காலை உணவுடன் அவன் வாயில் திணிக்கப்போகிறார்கள். ஞாயிறு மதியத்தைப் பைஜாமா அணிந்துகொண்டு விலைமகள்கள் சூழப்பட்ட பூங்காவில் உலாவிக் கழிக்கப் போகிறான். அவனுக்குக் கொஞ்சம் மக்ராமி பின்னல் வேலைப்பாட்டில் திறமை இருந்திருந்தால் சிகரெட்டுகளைக்கூடச் சம்பாதித்துக்கொள்ள முடியும். எப்படி இருப்பினும் மொஸாம்பிக் செல்வதைவிட மேலானது. அந்த முட்டாள் நாட்டில் ஒரு தாளில், எழுத்துப் பிழையின்றி, அவனது கைநாட்டை இட்டு, வளர்ச்சிக்கான குறியீட்டு அட்டவணையை அவனால் அதிகரிக்க முடியும்.

இழப்பதற்கு எதுவுமே இல்லாதவர்களுக்கு, தியாகியாவதைவிடப் பயஸின் பாதச் சுவடுகளைப் பின்பற்றி மக்ராமியைத் தேர்ந்தெடுப்பது சிறப்பானது. ஷெளகத், கைகளோடு கட்டப்பட்டிருக்கும் நீள அங்கியில் அவ்வளவு மோசமாகத் தெரியமாட்டான், ஆனால், பசுவை அதன் மடியோடு பிடித்ததுபோல உடனே வாய்ப்பைப் பயன்படுத்தி அன்னிக்கிடம் சென்று 'நான் ஒரு பைத்தியக்காரன்' என்று அறிவித்தான்.

அந்தத் தந்திரம் பலிக்கவில்லை.

இஃபேயன்யி, அமர்வின் நடுவில் எழுந்து, அவனுடைய முக்கியப் பிரச்சனையே எந்தப் பிரச்சனைகளுமில்லாமல் இயல்பாக இருப்பதுதான் என்று அறிவித்து ஏதேதோ முயற்சி செய்தான். ஆனால் அதுவும் மிக வெளிப்படையாகத் தெரிந்தது.

நாளை ஒரு பேருந்து இங்கிருந்து இல்லத்துக்கு பயஸைக் கூட்டிச் செல்லப்போகிறது. அவனது இரண்டு மேல்சட்டை களையும், கால் சராயையும் பயணப் பெட்டியில் அடுக்கிவைக்க நாங்கள் உதவி செய்யப் போகிறோம். முள்வேலிக்கருகில் நின்றுகொண்டு கண்களிலிருந்து அவன் மறையும்வரை கையசைக்கப்போகிறோம். பயஸ் புன்னகைக்கப் போகிறான், மனம் பிறழ்ந்தவர்கள் எப்போதும் உதிர்க்கும் குழப்பமான புன்னகை. பின் நாங்கள் உள்ளே சென்று மேலும் கொஞ்சம் போதைத் தாவரங்களை உள்ளே இழுத்து, சலிப்பில் யாருடைய முகத்திலோ ஒரு குத்துவிட்டு, சலிப்பின் மீதே சலிப்புக் கொள்வோம்.

ராக்கி III

அதீத மகிழ்ச்சியென்பது தீயதாகவும் அமையக்கூடும். வன்புணர்வாளன் ஒருவன் மார்ட்டினாவின் கருப்பையில் விட்டுச்சென்ற குழந்தையின் பிரசவத்துக்கு உதவி செய்வதென்பது நான் எதிர்பார்த்திருந்ததைவிடச் சிறிய பிரச்சனையாகவே இருந்தது. அதன்பின் அந்தச் சின்னப் பயலைக் கொல்வதுதான் பிரச்சனை.

தன் வயிற்றில் வளர்வது தனக்குத் தேவையே இல்லை என்று அவள் உறுதியாக முடிவெடுக்கும் முன்பே, மார்ட்டினாவுக்கு ஏழு மாதம் கடந்து, அவளுள் இருப்பது முழுதாக உருவாகி அவ்வப்போது உதைத்துக்கவனத்தைக் கோரிக் கொண்டிருந்தது. அந்த ரசிக்கத் தகாத உடலுறவுக்குப் பின் மாதவிடாய் தள்ளிப் போனதும் ஒரு விட்டேத்தியான மனநிலைக்குள் ஆழ்ந்துபோனாள். உணர்வுகளிலிருந்து தப்பித் தன்னைத்தானே பாதுகாத்துக்கொண்டு எல்லாம் சரியாகஇருக்கிறது என்று பாவனை செய்துகொள்ளும் முயற்சியே அது. அதன்பின், மனித குலத்தின் ரசாயனத்தில் இன்னும் அடையாளமாக உள்ள தாய்மை மற்றும் பல உள்ளுணர்வு போன்ற சில மூதாதைப் பழக்கங்களின் எச்சங்களால் சில நாட்கள் ஆக்கிரமிக்கப்பட்டாள். அதன் விளைவாக அறையின் சுவர்களிலுள்ள சுண்ணாம்புப் பட்டியைச் சுரண்டி எடுத்து உண்டு தான் வசிக்கும் சிறிய கூண்டைச் சுத்தப்படுத்திக்கொண்டிருந்தாள். அது யாருக்கும் அடங்காமல் அவள் தன்னை வெறித்தனமான சுயவதை செய்துகொண்ட காலத்திற்குப் பிந்தைய நிலை. பெல்ஜியத்திற்குச் சட்டவிரோத மனிதக்

கடத்தல் வழியாக வந்தபோது கருச்சிதைவைப் பற்றியெல்லாம் சிந்திக்க அவளுக்கு நேரம் இல்லை. இறுதியில், புகலிடத்தில் கால் வைத்தபின், தனக்கு இந்தக் குழந்தை வேண்டாமென்று முடிவெடுத்தபோது மிகத் தாமதமாகிவிட்டதால் எந்த மருத்துவரும் அவளது பிரச்சனையில் தலையிட்டுத் தொல்லைக்கு ஆளாக விரும்பவில்லை. மாயமந்திரச் சூழலில் வளர்ந்த பல பெண்மணிகள் புகலிடத்தில் உள்ளார்கள். சளி, தலைவலியை யும், கட்டிகளையும், கர்ப்பத்தையும் விரட்டுவது – எண்ணற்ற கருச்சிதைவுப் பானங்கள் எப்படித் தயாரிப்பதென்றும் தருவதென்றும் அறிந்தவர்கள். ஆனால் அந்தச் சாத்தானின் வாரிசோ எதற்கும் மசியாமல் வளர்ந்துவளர்ந்து, புதன்கிழமை இரவு, அவளுடைய பனிக்குடத்தைத் தலையால் முட்டியுதைத்து உடைத்தது.

மார்ட்டினாவின் திட்டம் எல்லோரிடமும் சொல்லித் தம்பட்டம் அடித்துக்கொள்ளும் வகையைச் சார்ந்த விஷயமல்ல. நான் உட்பட, மிகச் சிலர் அவளுக்கு உதவி செய்வதாக வாக்குக் கொடுத்திருந்தோம். அங்கு பணிபுரியும் ஒரு ஊழியருக்கும்கூடப் பிரசவத்தைப் பற்றித் துளியளவுகூடத் தெரியக்கூடாது என்பது மிக முக்கியம். பிரசவத்தின் துவக்க வலியின் அலறல் யார் காதிலும் விழக் கூடாது. அவர்கள் அறிந்துகொள்வதன் விளைவு, மருத்துவமனைக்குப் பயணம் போவது, அங்கே அவர்கள் பல உபகரணங்கள், மரைகள், திருகாணிகள் மற்றும் ஏதேதோ குளிர்பதனப்பட்ட கருவிகள் எல்லாம் உபயோகித்து அந்தக் குழந்தையை உயிரோடு வெளியே இழுத்துவிடுவார்கள். ஏனென்றால் தேவையில்லாத உயிர்கள் அனைத்தும் புனிதமானவை. ஒருவேளை இரவுக் காவல்காரர் பிளாக் 4 பக்கம் ஆய்வு செய்யவந்தால் அவரது கவனத்தைத் திசை திருப்ப நடைக்கூடத்தில் அங்கங்கே இடம் தேர்ந்தெடுத்து நாங்கள் சில ஆண்கள் நின்றிருந்தோம். மக்ஸூத், தனது குடலே வெடித்துவிட்டது போன்று நடித்து வலியில் முனகிக்கொண்டே, வரவேற்புப் பகுதியின் கவனம் முழுவதையும் தன்பால் ஈர்க்கும் திறமை படைத்தவன். எங்கள் கூடத்தில் நான்ஒருவன் தான், எப்போதோ ஒரு மாடு கன்று ஈன்றபோது உதவி செய்தவன். அந்த அனுபவத்திற்கும் இதற்கும் காத தூரம் என்றபோதிலும், பிரசவத்திற்கு உதவும் பொறுப்பு இப்போது என் கையில் இருந்தது. நான் கோழிக் குஞ்சுகளையும் கொன்றிருக்கிறேன் என்பதைச் சொல்லவில்லை– அந்த வேலையை மற்றவர்கள் செய்வதையே நான் விரும்புவேன். லிடியாவோ தான் பிறந்தபோதுதான் கடைசியாக ஒரு

பிறப்பின்போது இருந்தவள். இப்போது, தனது பெண்மையின் உள்ளுணர்வை நம்பி உதவிக்கரம் நீட்டுவதாகச் சொன்னாள். அவளுக்கு வேறெந்தத் தெரிவும் இல்லை. மார்ட்டினாவுடன் அவள் அறையைப் பகிர்ந்துகொண்டிருந்ததால், எப்படியும் அவளால் அதிகம் உறங்கமுடியாது. இந்தத் துறையில் அனுபவம் வாய்ந்த பலர் இங்கே இருந்தாலும், பல காரணங்களுக்காக அவர்களை நம்பமுடியாது. பிளாக் 6இல் இருக்கும் ஒரு சோமாலியப் பெண் என்னவோ அப்படியே கருப்பைக் குழாயி லிருந்து நேராகக் குழந்தையைப் பிழிந்து தள்ளுபவள்போலப் பல முறை குழந்தை பெற்ற அனுபவம் உள்ளவள். ஆனால், சற்று நேரங்கழித்து இந்தக் குழந்தைக்கு நேரப்போகும் விதிப்பலனுக்குச் சந்தேகமில்லாமல் உதவிசெய்ய மறுத்துவிடுவாள்.

எங்கள் குழுவிலேயே மிகப் பலவீனமானவன் டிமிட்ரி என்பதை எல்லோரும் நன்கு அறிந்திருந்தோம், அவன் அல்பேனிய நாட்டைச் சேர்ந்தவன். குழந்தையின் தந்தை ஒரு அல்பேனியன் என்பதால், அது ஒரு அல்பேனியனால்தான் கொல்லப்பட வேண்டுமென்று மார்ட்டினா வலியுறுத்தினாள். வரலாற்றுப்பூர்வமாக அதுதான் சரியென்று நினைத்தாள் அவள். அதுதான் அவளுக்குக் கிடைக்கும் இழப்பீடு என்பது அவள் எண்ணம். அவனுக்கு மிகப் பெருந்தொகையைத் தருகிறோ மென்று வாக்குக் கொடுக்க வேண்டியிருந்தது (சிகரெட்கள் மட்டும் போதவில்லை). எப்படியோ இறுதியில் அவன் சம்மதித்து விட்டான். ஆனால் அடுத்த ஒரு மாதத்திற்கு அவன் அந்தப் பணத்தைக் காணமாட்டான், அதுவரை அவன் விஷயத்தை வெளியில் சொல்லாமலிருந்தால் மட்டுமே தரப்படும். அவனைப்பற்றி உறுதியாகச் சொல்ல முடியாது. அப்புறம், நான் சொன்னபடி, புதன்கிழமை இரவு அந்தத் தருணம் வந்துவிட்டது.

பனி பொழியும் மலைகளின் கனவிலிருந்து என்னை உலுக்கி எழுப்பினாள் லிடியா. அதன் பின் பத்து நிமிடத்தில் அனைவரும் அவரவர் இடத்தில் சரியாக நின்றோம். வாளிகளும், ஈரம் துடைக்கும் துடைப்பான்களும் கைவசம் இருக்க, நாங்கள் எதற்கும் தயாரான நிலையிலிருப்பதாக உணர்ந்தோம்.

என்னுடைய உறவுக்கார அத்தைகள் அனைவரும் தங்கள் அதி பயங்கரமான பேறுகால வலியைப் பற்றியும், குழந்தை பிறப்பைப் பற்றியும் விவரிக்கும் கதைகளில் ஒருவரையொருவர் மிஞ்சிவிட முயற்சி செய்வதைக் கேட்டிருக்கிறேன். அப்போ தெல்லாம் மாமாக்கள் வீட்டை விட்டு வெளியேறிவிடுவார்கள். ஏனென்றால் அப்போதுதான் தாங்கள் பெண்களைவிட வலிமையானவர்கள் என்னும் மாயையைப் பேணிக்கொண்டிருக்க

முடியும். சிலர், நாள் முழுக்கக் குழந்தையை வெளியே தள்ள முயற்சிசெய்து கொண்டே இருக்க வேண்டும். குழந்தையின் தோற்றம் கொஞ்சமாவது கண்ணில் படும் முன், நிணமும் ரத்தமும் லிட்டர் கணக்கில் சொட்டித் தரையெங்கும் ஓடிக்கொண்டிருக்கும். உடல் கிழியும் பேரோசை காதில் விழுந்தாலும் அவர்கள் விட்டுத் தராமல் முயற்சி செய்துகொண்டேயிருப்பார்கள், அவர்களே இறந்து போனாலும் போவார்களேயொழிய குழந்தையை விட்டுத்தர மாட்டார்கள். இந்தக் கணத்தில்தான் பெண்களைப் புரிந்துகொள்வதை நிறுத்திவிட்டு நான் முதிர் பருவத்தை அடைந்தேன். என் அப்பாவின் பெரிய அக்காதான் இதில் எல்லோரையும்விட முதன்மையாக இருப்பாள். ஏனென்றால் என்னுடைய அந்தக் கேடுகெட்ட அத்தைப் பையனை, வெள்ளத்தின் போது, தன்னந்தனியாக, மரக்கிளையில் அமர்ந்தபடி பெற்றெடுத்தாள் என்று சொல்வார். நானும் இந்த உலகத்துக்கு என் வரவை மேற்கொள்ளும் முன் என் அம்மாவுக்கு மிகுந்த சிரமத்தைக் கொடுத்திருக்கிறேன் போல. தேநீர் விருந்தில் பெண்கள்சார் விஷயத்தைப் பரிமாறிக் கொள்கையில், பெருமிதத்துடன் தன் தலையை நிமிர்த்திக் கொள்ள அவருக்கும் சில ஆதாரச் சான்றிதழ்களை அளித்திருக்கிறேன். மற்றுமொரு வயிற்றின் உருட்டலால் குடும்பத்தை விஸ்தரித்தபின் மறுநாள் காலையிலேயே வயலில் இருப்பார்கள் தாய்மார்கள். ஏனென்றால் அவர்கள் மட்டுமல்ல, பூமித்தாயும் தன் உற்பத்தியைச் செய்ய வேண்டுமென்று நினைப்பார்கள். இப்படியாக அவர்களிடமிருந்து பற்பல கதைகளைக் கேட்டிருந்தாலும் மார்ட்டினாவிடம் அதுபோல எதையுமே காண முடியவில்லை. கழுத்தை அறுக்கும்போது பன்றிக்குட்டியிடமிருந்து வரும் வீறல் போன்ற சப்தத்தை அவள் எழுப்பவில்லை, கதவைப்போலக்கூட அவள் முணங்கவில்லை. நாங்கள், கத்தரிக்கோலை எடுத்துத் தொப்புள் கொடியை முறையாக நறுக்கும் வேளைக்கு முன் நேரந்தாழ்ந்து, தாழ்ந்து மணிக்கணக்காகவெல்லாம் நிகழவில்லை அந்தப் பிரசவம். தன் குழந்தையிடமிருந்து வெகு சீக்கிரம் விடுபடத் துடிக்கும் பெண் இவள் – அது வெளிப்படையாகத் தெரிந்தது. தொண்ணூறு நிமிடங்கள் பிடித்தது, அதன்பின் பார்த்தால், சட்டென்று நான் ஒரு குழந்தையைக் கையிலேந்திக் கொண்டிருக்கிறேன். ஆண் குழந்தை, ஆனால் அந்தக் குழந்தையின் பாலினம் பற்றியெல்லாம் மார்ட்டினாவிடம் கூறத் தேவையில்லை என நினைக்கிறேன், ஒருவேளை அதுவொன்றும் அவளுக்கு அவ்வளவு சுவாரஸ்யத்தைக் கொடுக்காது. இப்போது நினைத்துப்பார்க்கையில் அந்தச் சிறுவனைக் கையில் ஏந்திக்கொண்டு நீண்ட நேரம் நின்றுகொண்டிருந்தேன் எனத் தோன்றுகிறது. ஆனால் அந்தக்

குழந்தை என்னைப் பார்த்துக்கொண்டிருக்க நானும் அதையே பார்த்துக்கொண்டிருந்தேன். நான்தான் அவன் பார்த்த முதல் நபர் என்பது அவனுக்கு அதிர்ச்சியாக இருந்திருக்கலாம். அவன் பார்க்கப்போகும் கடைசி மனிதனான டிமிட்ரியைப் பற்றி அந்தக் கண்ணீர்த் தாரைகளுக்கிடையில் ஆராய வேண்டும். அறையின் மூலையில் நின்றுகொண்டிருந்த டிமிட்ரியின் முகம் ஒரு மாதிரி வெளுத்திருந்தது. அவன் முகத்தில் ரத்த ஓட்டத்தின் இளஞ்சிவப்புச் சாயல் சிறிதுகூட இல்லை. அவனிடம் குழந்தையை ஒப்படைத்தேன். இப்போது அவன் கையில்தான் எல்லாம் உள்ளது.

அவன் செய்ய வேண்டிய பணிக்காகப் பெருந்தொகை ஒன்றைக் கொடுத்திருக்கிறோம். அதனால் குறைந்தபட்சம் எப்படி அந்தக் காரியத்தைச் செய்ய வேண்டுமென்று அவன் கொஞ்சமாவது சிந்தித்துப் பார்த்திருக்க வேண்டுமென்று நாங்கள் எதிர்பார்த்தோம். அந்தப் பயலோ என்ன செய்ய வேண்டுமென்று கேட்கிறான். அவன் என்ன செய்ய வேண்டும்? அதன் சனியன் பிடித்த கழுத்தைத் திருகிவிடு. அல்லது தலையணைக்கு அடியில் வைத்து நெரித்துவிடுவது. அல்லது மூச்சுத் திணறடித்துவிடு. என்னிடம் எதற்காகக் கேட்கிறான்? எதற்காகக் காத்திருக்கிறாயடா? மேலோகம் செல்வதற்கு இதற்கு உதவி செய்யப்போகிறாயா அல்லது இல்லையா? நான் கேட்டேன். இல்லை, அந்த ஆண் வீரனோ தேம்பி அழத் தொடங்கிவிட்டான். அப்போதுதான் அந்தத் தாய்க்கு இழைக்கப் பட்டதை மறந்து கடைசியில் அவனுக்காக வருத்தப்படுவோம் என நினைத்தான்போல. எங்களுக்கு இப்போது பிரச்சனை அந்தக் குழந்தை, டிமிட்ரி தன் நாட்டை விட்டுக் கட்டாயமாக ஓடிவர நேர்ந்தபோது, அங்கு விட்டுவிட்டுவந்த தன் குழந்தையை, தனது சொந்த ரத்தமும் சதையுமான குழந்தையை நினைவுபடுத்தி விட்டதென்றான். அவன் தன்னுடைய கதையை அனைத்து விவரங்களுடன் கூறிவிட்டான். டிமிட்ரியால் சுத்தமாக எதுவும் செய்ய முடியாது எனப் புரிந்துபோனது. இந்த விஷயங்களை யெல்லாம் செரித்துக் கொள்வதற்கு முன்பே, என் கைகளில் மீண்டும் அந்தச் சிசுவை ஏந்திக் கொண்டு அவனை என்ன செய்வதென்றறியாமல் நின்றுகொண்டிருந்தேன்.

கூச்சிக் கூச்சிக் கூ.. செல்லமே.

'நான் செய்யமாட்டேனென்று நீ நினைத்துக் கொண்டிருக் கிறாயா?' நான் சிறுவனாக இருந்தபோது என் தாத்தா சொல்லி நான் கொன்ற கோழிகளின் சாவுத் துடிப்பு மணிக்கணக்காக நீளும்.

அந்தக் குழந்தை புன்னகை செய்தது. அது தனது முதல் நகைச்சுவைத் துணுக்கைக் கேட்டது. குழந்தைகள் உண்மை யிலேயே புன்னகை செய்வார்களா அல்லது வெறுமனே தங்கள் இதழ்களை விசித்திரமாகச் சுழித்துக் கொள்வது பெரியவர் களுக்குச் சிரிப்பதுபோலத் தெரிகிறதா என்று எனக்கு உறுதியாகத் தெரியவில்லை. என்னைக் கேட்டால் சிரிக்கத் துவங்குவதற்கு முன்முதலில் சில கெட்ட அனுபவங்களைக் கடந்திருக்க வேண்டியது அவசியம் என்று சொல்வேன்.

டிமிட்ரி தன் அதிர்ச்சியிலிருந்து மீண்டு மார்ட்டினாவின் மீது வசை பொழியத் தொடங்கினான். அவனொன்றும் அவளை வன்புணரவில்லை, மேலும் அந்தக் குழந்தையும் அவனுடையது இல்லை. ஒரு அல்பேனியனாக இருப்பதால் மற்ற அல்பேனியர்கள் அனைவரின் இழிவான செயல்களுக்காகத் தான் பழியை ஏற்றுக்கொள்ள வேண்டுமென்பது மிகவும் வருத்தப்படக்கூடிய நிலைமை என்றான். இப்படியாக அவன் சொல்லிக்கொண்டிருந்தான். அவன் சொல்வது சரியாக இருந்தாலும், அவன் ஒழுங்காக வாயை மூடிக்கொண்டு உடனடியாக அந்தக் குழந்தையைக் கொல்ல வேண்டுமென்று நான் விரும்பினேன். அதனுடன் இப்போது நான் சிக்கிக் கொண்டேன்.

அதேவேளையில் அந்தக் குழந்தை அழத் தொடங்கியது, அதுதான் நாங்கள் சற்றும் விரும்பியிராத ஒன்று. விரைவில் நடைக்கூடம் முழுவதும் விழித்துக்கொள்ள, திட்டம் மிக மோசமான தோல்வியடையும். ஒரே வழிதான் உள்ளது, குழந்தையை அவள் மார்பில் போட வேண்டியதுதான். வேறு தேர்வே இல்லை. மார்ட்டினா, இதைப் புரிந்து கொண்டு, பல்லைக் கடித்துக்கொள்ள வேண்டும். குழந்தையின் வாயை மூடியாக வேண்டும். இந்தச் சனியனை அமைதிப்படுத்தியே ஆக வேண்டும். நாங்கள் நினைத்ததைவிட இது கைமீறிப் போய்க்கொண்டிருக்கிறது.

அவள் அந்தக் காரியத்தைச் செய்தாள். கன்னித்தாயும் குழந்தையும் போன்ற ஓவியம்போல. கலைப் புரட்சி நடந்த மறுமலர்ச்சிக் காலம் பொற்காலமாக இருந்திருக்கும்.

தாளமுடியாத குழப்பத்தில் தலையைத் தொங்கப் போட்டுக் கொண்டிருந்த டிமிட்ரியை ஆறுதல்படுத்திக் கொண்டிருந்தான் மக்ஸூத், மார்ட்டினா முலைப் பால் கொடுத்துக் கொண்டிருக்க, லிடியா கூடத்தை எட்டிப்பார்த்து எல்லாம் சரியாக இருக்கிறது என்று உறுதி செய்ய, வாழ்க்கை யில் முதல்முறையாக புகைப் பிடித்தே ஆக வேண்டும் என்ற தேவை

மனதில் தோன்ற சிகரெட் பிடித்தேன். இறுதியில் அமைதியும் சாந்தமும் நிலவ, அந்தக் குழந்தை அழுவதற்குப் பதிலாக தாய்ப்பாலை உறிஞ்சிக் கொண்டிருக்கும்வரை அடுத்து என்ன செய்யலாம் என்று சிந்திக்க முடியும். இந்த நிலையைச் சமாளிக்க இகார் ஒருவனால்தான் முடியும் என்ற என்று எங்களுக்குத் தோன்றியது.

நான் அறைக்குத் திரும்பியிருந்தேன். இதயம் வாயில் வந்துவிடுமோ என்பது போன்ற பதற்றத்தில் இகாரை உலுக்கினேன். அந்தச் சூழலை விளக்கிச் சொன்னேன். அவனுடைய உதவிக்காகக் கெஞ்சினேன்.

உறக்கத்தில் தளளாடிக்கொண்டே மார்ட்டினாவின் படுக்கையருகே வந்துநின்றான் இகார். அவனுடைய திண்மை யான உடல், கண்களின் நிலைத்த பார்வை. உறைந்த தன்மை. கைகளில் நெட்டி முறித்தான். அவன்தான் எங்கள் உண்மையான மனிதன். குழந்தை தூக்கத்திற்குள் நழுவியபோது, அந்தச் சிறிய சதைப்பொதியை அவனுடைய தசைகளின் திரளுக்குள் ஒப்படைத்தோம் தயவுசெய்து எல்லாம் விரைவில் நடந்து முடியட்டும். இதில் என்னுடைய ஒரு பாதி மனம், இகார் தன்னுடைய விரக்தியை ஒன்றுமறியாத சிசுவின்மீது இறக்கிப் பாதிக் கோபத்தையாவது வெளியேற்றிவிடுவான் என்று மகிழ்ந்தது. அது அவன் மனதைச் சாந்தியடைய வைத்தால், இன்றைய இரவுக்குப் பின் அவனுடன் அறையைப் பகிர்ந்துகொள்வது எனக்குக் கொஞ்சம் எளிதாக இருக்கும்.

அவன் அங்கேயே நின்றான். நான் செய்த அதே தவறு. குழந்தையைக் கையிலேந்திக்கொண்டிருந்த ஐந்து நிமிடங்கள் பத்தாக மாறிக் கொண்டிருந்தது. அவன் தன்னை ஒரு முகப்படுத்திக்கொண்டு, வலுவைச் சேகரித்துக்கொண் டிருந்தான் என எண்ணினோம். அந்தப் பத்து நிமிடங்கள் இப்போது கால் மணியாயிற்று. யாரும் ஒரு வார்த்தை பேச வில்லை. ஒரு வார்த்தை சொல்லக்கூடத் துணிவு இல்லை, முக்கியமாக இகாரிடம் எதுவும் சொல்லவில்லை. அதன்பின் அந்தக் குழந்தையைத் தாயின் உடல் அருகிலேயே படுக்கவைத்து விட்டு மன்னித்துக்கொள்ளுங்கள் என்று சொன்னான். அதுபோன்ற வறண்ட குரலில் யாரும் மன்னித்துக் கொள் என்று சொன்னதை இதுவரை நான் கேட்டில்லை.

மார்ட்டினா அந்தக் காரியத்தைத் தானே செய்ய வேண்டும். அப்படிச் செய்வதுதான் சரியாக இருக்கும். அப்படிச் செய்வதன்மூலம் தன்னை வன்புணர்வு செய்தவனைப் பழிவாங்கிவிட முடியும். அவள் அதைச் செய்து முடிக்கும்வரை

அவளைத் தனியே விட்டுவிடுவதுதான் நல்லது என முடிவு செய்தோம். அவள் வந்து எங்கள் கதவைத் தட்டக்கூடும். மக்ஸூத் எப்படியோ, வீரியமான போதை தரும் இரு மதுப் புட்டிகளைக் கடத்திக்கொண்டு வைத்திருந்தான். அதனால் அவனுடைய அறையில் காத்திருப்பதுதான் பொருத்தமாக இருக்கும். இகார், டிமிட்ரி, மக்ஸூத், லிடியா, மதுப்புட்டிகள், மற்றும் நான், ஒரு மிடறு குடி, அடுத்தவருக்குப் புட்டியை நகர்த்து; ஒரு மிடறு குடி, அடுத்தவருக்குப் புட்டியை நகர்த்து.

கடைசிப் புட்டி ஏறக்குறைய காலியாகப் போகும் தருணத்தில், மிகச் சரியாக மார்ட்டினா கதவைத் தட்டினாள்.

இகார்தான் அவளுடன் சென்றான். ஞாயிற்றுக்கிழமை செய்தித்தாளில் உரித்த உருளைக் கிழங்குத் தோல் குவியலைப்போலச் சுற்றி, அதைத் தூக்கிக்கொண்டு வரவேற்புப் பகுதியை நோக்கி நடந்தான். ஆவணத்தின்படி இறந்தே பிறந்த குழந்தை, தொப்புள் கொடி கழுத்தைச் சுற்றி நெரிக்கப்பட்டிருந்தது.

அந்தக் குழந்தை அப்பன் பெயர் தெரியாத பயல் என்று அழைக்கப்பட்டிருக்கும்.

குடியுரிமை வழங்கும் செயல்முறை எண். 4545KFSD45b: லூயி பால் போன்[1] மதுவிடுதியில் வேடிக்கைக் கதை ஒன்றைச் சொல்கிறார்.

நீ காதுகளைச் சட்டைப் பையில் வைத்துக் கொண்டு அலைய முடியாதென்பது உறுதி. அதனால் மற்றவர்களைப் போலவே உனக்கும் சற்றும் சுவாரஸ்யமில்லாத விஷயங்களையும் கூடத் தொடர்ந்து கேட்க நேர்ந்துவிடுகிறது. சரி, அது வேறு கதை, அங்குமிங்கும் நடந்து கொண்டு, பல தரப்பட்ட விஷயங்களைச் காதில் வாங்கிக் கொண்டு நகர்கையில், அதிலொன்றாக, கறுப்பர் களின் ஆண்குறி நீளமாக இருக்குமென்பதையும் கேட்டிருப்பாய். சிறிய புற்றைப் பெருக்கிப் பெரும் மலையாக மாற்றவில்லையென்றால் மக்கள் மக்களே இல்லை அல்லவா, அதனால் இப்போது ஒரு புல்லாங்குழலை ஆர்கனின் ஊதுகுழலாக மாற்ற அவர்கள் முயல்வது ஆச்சரியப்பட வேண்டிய விஷயமே இல்லை. ஏறத்தாழ பதினான்கு ஆண்டு காலம் நீ உறுப்பினராக இருக்கும் உள்ளூர்க் கால்ப்பந்து மன்றத்தில் விளையாடச்சென்ற அனுபவம் இருந்ததால் மன அழுத்தத்திலிருந்து

---

1. லூயி பால் போன்: பெல்ஜிய நாவலாசிரியர், கவிஞர்.

விடுபட அவ்வப்போது போய் விளையாடுவாய். அதனால், இப்போது உங்கள் அணியில் புதிதாகச் சேர்க்கப்பட்டிருக்கும் கறுப்பினக் கால்ப்பந்து வீரன் ஆட்டத்திற்குப் பிறகு மற்றவர்களைப்போலவே குளிக்கச் செல்கையில் அவனது நீண்ட குறியைப் பற்றிய விஷயத்தின் அடிவரை சென்று உண்மையை அறிந்து கொள்ளக்கூடிய நிலையில் நீ இருந்தாய். ஆண்கள் தனியாக இருக்கையில் எந்த விதமான ரகசியங் களும் இல்லை. ஒருவரது மனைவியுடன் மற்றவர் உடலுறவு வைத்துக்கொண்டாலொழிய ஆண்களுக்குள் சங்கடங்கள் தரும் எந்தப் பிரச்சனையும் வராது, அதுவும் இந்த மயிரடர்ந்த புட்டங்களுக்காக நிச்சயமாக வராது. இதில் நீ செய்வதற்கு எதுவுமேயில்லை, நீ எந்த சாமானைக் கொண்டு பிறந்தாயோ அதை வைத்துத்தான் சமாளிக்க வேண்டும்; இதில் அவமானப் படவோ பெருமைப்படவோ ஏதுமில்லை. ஆனால், விஞ்ஞானம் எப்போதும் ஒரிடத்தில் நிற்பதில்லை. அதனுடன் ஓட உங்களுக்கு ஆசையும் பசையும் இருந்தால் நீண்ட குறிக்கான உனது கனவுடன் அதை இணைக்க முடியும். அறிவியல், அது எங்கேயோ போய்க்கொண்டிருக்கிறது. ஆனால் நினைத்துக்கொண்டிருக்கத் தகுதியானவற்றை மட்டுமே நினைக்க அனுமதிக்கும் மூளைத் தொகுப்பைத் தலைக்குள் பொருத்தும் வழியில் மட்டும் இன்னும் முன்னேறவில்லை. எப்படியோ, நீ சந்தேகப் பேர்வழி யான யூதாஸ் போன்றவன் அல்ல (அவர்தானா, இல்லை அது தாமஸா). எனவே மற்றவர்கள் சொல்வதை நம்புவதற்கு முன் உன் கண்ணால் பார்ப்பதையே நீ விரும்புவாய். நீ அந்த நீக்ரோவைக் – அப்படித்தான் அவன் அழைக்கப்பட்டான். அப்படித்தான் தோற்றமளித்தான் – கண்காணித்துக்கொண் டிருக்கும்போது குளிப்பதற்காக அவனே உன்னருகில் வந்து நின்றதும், நீ கொஞ்சம் வெலவெலத்துப் போனாய், அவனது உறுப்பு ஆச்சரியத்தில் நீ திரும்பிக்கொள்ளும் அளவுக்குப் பெரிதாக இருந்தது என்பதை ஒத்துக்கொண்டுதான் ஆக வேண்டும். கடவுளே, அது மனிதனுடையதே இல்லை, யானை உறுப்பின் அரைப் பாகம் இருந்தது. லோடே, அப்படித்தான் நீ உனக்குள் சொல்லிக்கொண்டாய். அவனுடைய சிறுபயலின் ஆழம் வரை செல்ல முடிவெடுத்து, ஓங்குதாங்காக வளர்ந்திருக்கும் அவனிடம் இப்படி ஒரு சிறிய பீரங்கிக் குழல் போன்ற உறுப்பு அவனுக்கு எப்படி வாய்த்தது என்று விசாரிக்கிறாய், உருப்பெருக்கி லென்ஸ் பொருத்திய ஒற்றைக் கண் கண்ணாடி அணிந்து படைத்த மேலே இருக்கும் கடவுளின் வேலையா இது என்று கேட்டுவிட்டு, எனக்கும் இரண்டொரு அங்குலம் நீளமாக்க முடியுமானால் வேண்டாமென்று சொல்லப் போவதில்லை என்பதையும் சேர்த்துக்கொண்டாய். அங்கு

ஆண்கள் மட்டும்தான் சேர்ந்திருந்தோம் அல்லவா? அதற்கு அந்தப் பீரங்கிக்காரன், போதுமான நீளமாகும்வரை அதில் ஒரு செங்கலைக் கட்டித் தொங்கவிடு என்று பதில் சொன்னான். நீளமான உறுப்பு பற்றிய மர்மத்திற்குத் தீர்வு காண நீ செய்ய வேண்டியதெல்லாம் உன்னுடைய குறியில் ஒரு செங்கலைக் கட்டித் தொங்கவிட்டுக்கொண்டு இழுக்கவேண்டியதுதான். நீ உன் கைகளாலேயே கட்டிய வீட்டுக்குப் பயன்படுத்தியதிலிருந்து மீதமான சில செங்கற்கள் தொழுவத்தின் அருகில் கிடக்கின்றன. அந்தப் பளுவை எடுத்து உன் இரு கால்களுக்கிடையில் கட்டித் தொங்க விட்டுக் கொண்டிருந்த பல மணி நேரங்களோடு ஒப்பிடுகையில் வீடு கட்டும் பணி சில நிமிடங்களுக்கான இலகுவான பணிபோல இருந்தது என எண்ணிக்கொண்டாய்: விரும்பியதை அடையும் பாதை கடினமானது. நீளம் வேண்டு மென்றால் கஷ்டப்பட்டுத்தான் ஆக வேண்டும். ஒரு வாரம் அப்படியே நீ நடந்துகொண்டிருந்தாய். அந்த ஒரு வாரமும் மந்திரக் கல்லை விரைகளில் கட்டித் தொங்கவிட்டுக்கொண்டு லோடே என்ன செய்கிறான் என்று உன் மனைவி ஆச்சரியப்பட்ட போது நீ பதில் சொல்கிறாய், அது மந்திரக்கல் அல்ல, செங்கல், அது விரைகளில் கட்டித் தொங்கப்படவில்லை, குறியின் நீளத்தை அதிகப்படுவதற்காக அதில் கட்டப்பட்டுள்ளது என்று பதில் சொல்கிறாய். அப்போது அவள் கண்களில் தெரிந்த பளபளப்பு இன்று நினைத்தால்கூட அத்தனை அழகாக இருந்ததோடு, ஒன்றல்ல, மேலும் இரண்டு கற்களைக் கட்டிக்கொள்ளக்கூட ஊக்கப்படுத்தியது. அது வேலை செய்தது. எதையும் உடனே எதிர்பார்க்கக் கூடாது. ரோம் நகர் ஒரு நாளில் நிர்மாணிக்கப்படவில்லைதானே, ஆனால் மூன்று வாரங்களுக்குப் பிறகு, உன்னுடைய குறி அதே அளவோடு இருந்தது என்றாலும் அது முழுமையாகக் கறுப்பு நிறத்திற்கு மாறியிருந்தது.

கிறிஸ்துமஸ் கொண்டாட்டம்

நான் ஒரு உண்மையான கத்தோலிக்கனாக இருக்கலாம், ஏனென்றால் அப்படி ஒருவனாக நடித்துக் கொண்டிருப்பதோடல்லாமல் அதனால் பயனடைகிறேன். கிறிஸ்துமஸ் சமயத்தைக் கொண்டாடப் புகலிட விருந்துக் கூடத்தில் சிறப்பு விருந்து ஏற்பாடு செய்யப்பட்டிருந்தது. ஹல்லேலூயா! கடந்தகாலத்தில் பலமுறை இங்கிருக்கும் குழாய் நீருக்கடியில் ஸ்நானத்துக்காகத் தலையைக் கொடுத்திருப்பதால் எனக்கு ஞானஸ்நானம் ஆகிவிட்டது என்று நான் சொல்வது அப்பட்டமான பொய்யெல்லாம் இல்லை.

அங்கு சங்கீதம் இருந்தது. அங்காடியில் ஒரு கிலோ காப்பித் தூள் வாங்கினால் அவர்கள் இலவசமாக வழங்கும் கிறிஸ்துமஸ் சேர்ந்திசைப் பாடல் குறுந்தகடு அது. பயங்கரமாக இருந்தது. ஆனாலும் இசை இசைதானே. ஒரு உள்ளூர் அடுமனை உரிமையாளர் தானமாக அளித்த சூடான சாக்லேட் பானமும் பன்னும்தான் விழா விருந்தின் உணவு வகைகள். மூன்று பன்களைத்தான் என்னால் உண்ண முடிந்தது. ஏனென்றால் கூட்டத்தில் நாலாவதை என்னால் எடுக்கமுடிய வில்லை. வெறித்தனமான பக்தியோடும் மத உணர்வோடும் சாக்லேட் பானம் முழுவதையும் அருந்தி முடித்தேன். ஏதோ ஒரு நிறுவனம் உற்பத்திக் குறைபாடுள்ள கோப்பைகளை வழங்கி யிருந்தார்கள். கோப்பையின்மீது, 'பாதுகாப்பென்பது வாழ்க்கை முறை' என்ற வாசகம் அச்சிடப்பட் டிருந்தது. அந்த வாசகத்தைப் பற்றிச் சிந்திக்க, அது

என்ன சொல்லவருகிறது என்பதை அறிய நான் மிகுந்த நேரம் எடுத்துக்கொண்டேன். ஆனால் தெளிவான ஒரு விளக்கத்தைக் கண்டடைய என்னால் முடியவில்லை. அந்த வாசகத்தை, அந்தப் பயங்கரமான வாசகத்தை – பாதுகாப்பென்பது வாழ்வு முறை – என் மனதிலிருந்து என்னால் நீக்க முடியவில்லை – இந்த நேரத்தில் எங்கோ கொள்கலனுக்குள் மறைந்திருக்கும் லிடியாவைப் பற்றி நினைக்காமல் இருக்க முடியவில்லை. பாதுகாப்பென்பது வாழ்க்கை முறை. அவள் செல்லும் கப்பல் கிளம்பிவிட்டதா ?)

புகலிட நிர்வாகம் இரண்டு மதுப்புட்டி அடுக்குகளைக் கொண்டுவந்தது எங்களுக்குப் பேரானந்தத்தையும் வியப்பை யும் அளித்தது. முஸ்லீம்கள் தங்களுடைய ஏதேனும் ஒரு பண்டிகைக்காக இப்படி இரண்டு செடார் மதுப்புட்டி அடுக்குகளைப் பெற்றிருந்தால், என்னுள் பொங்கியிருக்கும் மதம் மாறும் பெரும் ஆர்வத்தைக் கட்டுப்படுத்துவதற்கு மிகவும் சிரமப்பட்டிருப்பேன்.

மதுபானம், மனிதர்களின் உண்மையான இயல்பை அபகரித்துக் கொள்ளும் தன்மை கொண்டது. எனக்கு மது மிக விருப்பமானது. ஆப்பிரிக்கர்களுக்கு இரண்டு கோப்பைகள் போதுமானது, சட்டென்று பாட ஆரம்பித்துவிட்டார்கள். *Zan Vevede, Oh Holy Night.* பெண்கள் தம் புட்டங்களை சுழற்ற, அந்தப் பெருத்த இருதுருவப் பூகோள உருண்டைகள் அந்த இரவை உண்மையிலேயே புனிதமாக்கிக்கொண்டிருக்க, விருந்துக் கூடத்தில் உள்ள மற்றவர்கள் கைகொட்டி ஆரவாரித்தார்கள். அதே நேரத்தில் இதையொத்த காட்சிகள் முதியோர்கள் வாழும் இல்லங்களில் அரங்கேறிக்கொண்டிருக்கும் என்பதை என்னால் கற்பனை செய்துபார்க்க முடிந்தது. உறக்க மாத்திரைகள் நிறைந்த தட்டுகளுக்கிடையே அமர்ந்து கொண்டு, மூப்பின் தேமல் சருமத்தைக் காகிதத் தொப்பிகளால் மறைத்தபடி பிரார்த்தனைகளில் மூழ்கியிருப்பார்கள். ஒவ்வொரு மாத்திரைக்கும் பிரார்த்தனையின் அளவு கூடிக்கொண்டே இருக்கும்.

அந்தக் காலையில்தான் யாரும் எப்போதும் சென்று பார்க்கப்போகாத கல்லறைத் தோட்டத்தில் ஸெடியைப் புதைத்தோம். அவனுக்கு அருகில், மார்ட்டினாவுக்கு விருப்ப மில்லாத அவள் குழந்தை முற்றான அழுகலில் கரைந்து கொண்டிருந்தது. வெண்மை என்பது கடலில் அலைகள் உயர்ந்து பிரிகையில் எழும் நுரைகள். வெண்மை நிறைந்த கிறிஸ்துமஸ்தான் லிடியா கனவு கண்டது. என் மனம் அவளைத் தேடியது. உடன் என்னுடைய புகைப்படக் கருவியையும் தேடியது. அதேவேளை

எனக்கு உடல் அதீதமாக நடுங்குகிறது. இனிமேல் காமிரா தாங்கி முக்காலியின் உதவியின்றி எப்போதாவது இன்னொரு புகைப்படம் எடுக்க முடியுமா என்பதே கேள்விக்குள்ளாகிறது. என்னால் முடியக்கூடிய காரியமா அது.

இந்த அமைதியான நாளில் மற்றவர்களின் நன்மைக்காக மல்யுத்தத்தைப்பற்றி நினைக்காமல் இசையில் தன்னை மறந்து விட்ட இகார் என்னை மட்டுமல்லாமல் அனைவரையும் அதிர்ச்சியில் உறையவைத்தான். மேசை மீது ஏறி நடுநாயகமாக நின்று, ஒரு கையைத் தலைக்கு மேலே தூக்கி அசைத்துக் கொண்டு பாடினான். Na nebe stoyala yasnaya zvezda. வானில் ஒரு நட்சத்திரம் கண் சிமிட்டிக்கொண்டிருந்தது. அவனது துயரங்களைப் போலவே. அவனது குரல் ஆழமாக இருந்தது, குறுகிய குழல் போன்ற தொண்டைக் குழியிலிருந்து அடைக்கப் பட்ட கழிவுக்குழாய்க்குள் எழும் நீர்க்குமிழிகள்போலக் குரல் எழும்பியது. அறுக்கப்பட்ட தொண்டையிலிருந்து குருதி பெருகுவதுபோல, குடலிலிருந்து கசடுகள் சொட்டுச்சொட்டாக ஒழுகுவதுபோல அந்தக் குரல் இருந்தது. இந்தக் குரலுக்குக் கருமை நிறத்தைத் தருவது எல்லாம் நம்பமுடியாத அளவு நம்பிக்கை கொள்வதாகும். இகாரை ஒரு பாடகனாகக் கற்பனை செய்துகூடப் பார்க்கவில்லை. அதிகமான ரஷ்யர்கள் இப்போது அவனுடன் இணைந்து பாடினார்கள். Na nebe s toyala yasnaya zvezda. இப்போது லிடியா மின்னும் நட்சத்திரங்கள் கொண்ட குட்டைக் கால்சராயை அணிந்திருப்பாளா என்று நான் நினைத்துக்கொள்வது மிகவும் இயல்பான ஒன்று. இந்த நாடு கடப்பதில் உயிருடன் மீண்டால் அவள் எனக்குக் கடிதம் எழுதுவாள். கப்பலில் தரை ஓடுகளுடன் பயணம் செய்ய எனக்குக் குண்டித் துணிச்சல் வரும் என்று எண்ணிக்கொண்டு எனக்காகக் காத்திருப்பாள். காத்திருப்பாள். அவள் தன் எதிர்காலம் பற்றிய உணர்வுகளுடனும், நான் உடனின்றியும் சென்றிருக்கிறாள்.

அவள் கப்பலில் பயணம் போகிறாள். கடல்நீர் அவளைத் தாலாட்டுகிறது. இங்கிலாந்தை நோக்கி, கொஞ்சம் தனக்காக புத்துணர்ச்சி கொண்ட காற்றைச் சுவாசித்துவிட்டாள். இந்தச் சிறிய உலகைக் கொஞ்சம் பார்த்துவிட்டாள்.

நிராகரிப்புகள்

'நான் இங்கு இல்லவே இல்லை என்பதாக நினைத்துக்கொள்' புகைப்படக் கலைஞர் சொல்கையில் அதை நான் இகழ்ச்சியுடன் பார்த்தேன்.

ஊடகப் புகைப்படக் கலைஞர்கள் கேனான்காரர்கள், நிக்கான்காரர்கள் என இரு வகைப்படுவார்கள். இருவருமே தங்களை விட்டுக் கொடுக்காதவர்கள். தங்கள் புகைப்படக் கருவிகளின் வணிகச் சின்னத்தைச் சார்ந்த பிடிவாதமான படை வீரர்களைப் போலவே எப்போதும் நடந்துகொள்வார்கள். அவனுடைய பருத்த வயிற்றின்மீது நிக்கான் தொங்கிக் கொண்டிருந்ததுதான் அவனுடைய புகைப்படக் கலையின் திறமையின்மீது உடனடியாகச் சந்தேகத்தை ஏற்படுத்தியது. அதைவிட அவன் கருப்பு வெள்ளைப் படங்கள் எடுப்பவன். ரசனைக்காரர்களாகக் காட்டிக்கொள்பவர்கள் B&W என்று சொல்வார்கள். அவன் மேலங்கிப் பைகளிலிருந்து Ilford XP2, 400 ISO போன்றவை பிதுங்கிக்கொண்டிருப்பதைப் பார்க்க முடிந்தது. அவனிடம் பாவனைகள் இருந்தன, தெளிவற்ற படத்தை எடுக்கக்கூடியவனுக்கு இருக்கும் பாவனையில் இருந்தான். டேவிட் ஹாக்னியின் 'பிரைன்வேவ்ஸ்' சித்திரங்களைப் பற்றித் தனக்கு எல்லாம் தெரிந்ததாக உளறும் மூடனைப்போல அவன் இருந்தான். அவனுக்கு மது அருந்த வேண்டுமென்று தோன்றினாலோ அல்லது படுக்கையில் மேலும் சற்று மெத்துமெத்தான ஒன்று தேவைப்பட்டாலோ, உடனே சில

புகைப்படங்களை எடுத்து, கலைக் கூடத்தின் முதலாளியின் சுவற்றில் தொங்கவிட்டுவிட்டு, புகைப்படக் கலைஞர்களின் சங்கத்தின் மூலமாகத் தனது படங்களுக்கு திறப்பு விழா செய்து விடுவானென்று என்னால் ஒரு முழு சிகரெட் பெட்டிமீது பந்தயம் வைக்க முடியும்.

இங்கே புகலிடத்திற்கு யாரேனும் புகைப்படக் கலைஞர்கள் வரும்போதெல்லாம் அனைவரும் மகிழ்ச்சி யடைவார்கள். அலுத்துச் சலித்துப்போன தினசரி வாழ்க்கையி லிருந்து அது ஒரு மாற்றமாக இருக்கும். ரேடியேட்டரின் அருகில் நின்றபடி புகை வளையங்களை ஊதிக்கொண்டிருப் பதைவிடச் செய்வதற்கு வேறு ஏதாவது கிடைக்கும். ஆஸியா– அவளது பெருத்த புட்டங்களுக்கு அகன்ற கோணமுள்ள லென்ஸ் தேவை–காலையில் வெந்நீர் தீரும்வரை குளித்தபின், தன்னிடம் இருப்பதிலேயே நல்ல புதிய ரக ஆடைக்குள் புகுந்துகொண்டாள். ஆடைகளை அணிவதற்குப் பதிலாக அவள் தன் கால்சராயைக் கீழே இறக்கிக் காட்டலாம். அப்போதுதான் சிதைக்கப்பட்ட அவளது யோனி செய்தித்தாள் களில் படமாக வரும்போது அவள் ஏன் புகலிடம் வேண்டி நிற்கிறாள் என்று மக்களுக்குத் தெரியவரும். அது பொது மக்களிடையே சலசலப்பு ஏற்படுத்தலாம். அதுபோன்ற சலசலப்பை ஏற்படுத்தத்தானே யோனிகள் படைக்கப் பட்டிருக்கின்றன, அங்குள்ள ஒவ்வொருவரும் தங்கள் முகங்களை யும் காலணிகளையும் மினுக்கிக்கொண்டிருந்தார்கள் என்றுதான் சொல்ல வேண்டும். எதற்காக? அப்போதுதான் தங்கள் கல்லறையில் பதிக்க நல்ல புகைப்படம் கிடைக்கும். அன்னா தனது அடிடாஸ் உடற்பயிற்சி உடுப்பை விடுத்து ஞானஸ்நான ஆடைக்கு மாறியிருந்தாள். ஏனென்றால் அப்போதுதான் அவளுடைய நிரந்தரப் பஞ்சத்து விபச்சாரித் தோற்றத்திலிருந்து மாறுபட்டுத் தெரிவாள். தற்பெருமை என்னும் நூதன எண்ணம்தான் ஒருவரைத் தன்னைப் போலன்றி வேறொருவாக எண்ணிக் கொள்ள வைக்கும் கர்வத்தைத் தருகிறது. அதைப் பற்றி நான் நன்றாக அறிவேன். முன்பு, புகைப்படக் கருவியின் லென்சுக்கு முன்பாகப் போதிய அளவு நான் அப்படித்தான் இருந்திருக்கிறேன்.

அயர்லாந்திலும் இத்தாலியிலும் நேர்ந்த கொள்கலன் மரணங்களுக்குத்தான் நன்றி சொல்ல வேண்டும். செய்தித் தாள்கள் என்று சொல்லிக்கொள்பவை உடனே புகலிடம் வேண்டுவோரைப் பற்றி ஏதேனும் செய்ய வேண்டும் என எண்ணியதில் தேர்ந்தெடுக்கப்பட்டவன்தான் இந்த புகைப்படப் பூச்சி. இரண்டு புகைப்படச் சுருள்களுடன் அவனை அனுப்பி,

வயிற்றைப் பிசையும் சில புகைப்படங்களை எடுத்து உலகுக்குக் காட்ட வேண்டும் என்று முடிவு செய்தார்கள். அதுதான் அவனுடைய லட்சியமாகவும் இருக்கும். அவனுடைய கற்பனையில், டெல்லி பெல்லி விழாவில் அவன் கோல்டன் ஐ, சில்வர் லென்ஸ், பிரௌன்ஸ் டிரைபோட் பெற்றவனாக தன்னைக் கற்பனை செய்துகொண்டிருந்தான். அவனுடைய படங்கள் உலகெங்கும் சுற்றிக் கொண்டிருப்பதாக அவன் கண்களுக்குத் தெரிய, அம்னெஸ்டி இண்டர்நேஷனல் தனது புத்தகத்தில் அவனுடைய அதிர்ஷ்டப் படத்தை அச்சிடப் போவதாக நம்பிக் கொண்டிருந்தான்.

தனது கற்பனையில் ஓடும் காட்சியில் அவன் மகத்தான கலைஞர்களுள் ஒருவனாக இருக்கப்போகிறான், அந்தக் கனவில் ஏற்கெனவே இந்த நிலநடுக்கோட்டின் கத்தோலிக்கப் பிரதேசத்தின் ஓடுபாதையில் போப்பாண்டவரிடம் மீண்டும் ஒருமுறை சரியான கோணத்தில் படமெடுக்கக் கேட்டுக் கொண்டிருக்கிறான். ‘ஜொஹானஸ், நண்பரே, மீண்டும் ஒருமுறை நீங்கள் தரையை முத்தமிட முடியுமா? ஏனென்றால் நான் முதல்முறை சரியாகப் படம் பிடிக்கவில்லை என நினைக்கிறேன்’. அந்த போப் உண்மையிலேயே மீண்டும் ஒரு முறை தரையில் மடங்கி அமர்ந்து தார்ச்சாலையில் இன்னொரு முத்தம் பதிக்கிறார். அந்த இறைத் தூதர் எத்தனை முடியுமோ அத்தனை புகைப்படங்கள் எடுத்துக்கொள்ள விரும்புகிறார், அப்போதுதான் இறைவனுக்கு உகந்த சிறந்த மக்கள் தொடர்பு அதிகாரியாகத் தான் ஆக முடியும் என்று நினைத்து மீண்டும் முத்தம் கொடுக்கிறார். மீண்டும் மீண்டும், அவரது இதழ்களில் பலூன்கள்போலக் கொப்புளங்கள் வெடிக்கும்வரை முத்தம் கொடுத்துக்கொண்டே இருக்கிறார். அப்படித்தான் அந்தப் புகைப்படக்காரன் கற்பனை செய்துகொண்டிருப்பான். என்னால் அதை உணர முடிந்தது. அதைவிடவும் அந்தப் புகைப்படக்காரன் எனக்கு அதிக சிரமம் தராமல் இருப்பது அவனுக்கு நல்லது, இல்லையென்றால் அவனுடைய கழுத்தைத் திருகிவிடுவேன் என்று அழுத்தமாக உணர்ந்தேன்.

அறுவைச் சிகிச்சை மருத்துவர்கள் தாங்களே சிகிச்சைக் காகப் படுத்திருக்கையில் குழந்தைகளாகிவிடுவார்கள். ஆனால் தங்களை நோக்கி ஒரு லென்ஸ் திரும்புகையில் புகைப்படக் கலைஞர்கள் மரணமடைந்து விடுவார்கள்.

‘உன் பெயர் என்ன?’ திருவாளர் நிக்கானியன் என்னிடம் ஆங்கிலத்தில் கேட்டான், அதில் வெளிப்படையாகத் தெரிந்த தொனி இதுதான்: நாம் இதை மிகத் தோழமையுடன்

அணுகுவோம், நான் சில புகைப்படங்கள் எடுப்பேன். சரியா, உனக்கு லேசாகக் குத்தும், ஆனால் வலியொன்றும் இருக்காது.

'பிபுல் மஸ்லி' அவனிடம் சொன்னேன். நீ என்னை போபால் முசேலி என்றே அழைக்கலாம். எனக்கு டச்சு பேச வரும்.'

என் பெயர் அவனிடம் எந்தச் சலனத்தையும் ஏற்படுத்த வில்லை. அவன், கேள்விப்பட்ட ஒரே ஒரு புகைப்படக் கலைஞர் அவனுடைய ஆடையில் இங்கே நடமாடிக்கொண்டிருக்கும் அவன் மட்டும்தான். ஹ்ம்ம், அந்த செய்தித்தாள் அவனை வைத்துக் கேலிச் சித்திரங்கள் வரைய ஆரம்பிக்கலாம்.

'நீ உண்மையிலேயே டச்சு பேசுகிறாய், கேட்டுப் பார்த்ததில் உச்சரிப்பு நன்றாகவே உள்ளது.'

'பயங்கரமான மோசடிப் பேர்வழி.'

'நான் இங்கு இல்லவே இல்லை என்பதாக நினைத்துக்கொள்.'

'இந்தக் கோமாளி என்னை என்னவென்று நினைத்துக் கொண்டிருக்கிறான்? என்னைப் பொறுத்தவரை அவன் இங்கு இல்லவே இல்லை, இதில் இல்லையென்று நினைத்துக் கொள்வதாம்.'

அவன் வெளிச்சத்தைப் பரிசோதித்து, புகைப்படக் கருவியைச் சரியான கோணத்தில் அமைத்துக்கொண்டு என்னிடம் அரைவேக்காட்டுக் கேள்விகளைக் கேட்டுக் கொண்டிருந்தான். என்னை இலகுவாக்க முயற்சி செய்கிறான் என்று யூகிக்கிறேன்.

'ம்ம், உங்களுக்கு எந்த நாடு, மிஸ்டர். அஹ், மஸ்லி?'

'கார்பெட் நாடு, பிறந்து வளர்ந்தது.'

'வேண்டுமென்றால் நீ அந்த ஜன்னல் பக்கமாக அமர்ந்து கொஞ்சம் வெளியே பார், அருமையாக இருக்கும்.'

அருமையாக? ஜன்னலுக்கு வெளியே பார்ப்பது அருமையாக இருக்குமென்று உண்மையிலேயே இந்தக் கோமாளி நினைக்கின்றானா? அங்கே, புல்தரையில், துணி காயவைக்கும் கொடி, குளிர் காலமாதலால் யாரும் விளையாடாத எறிபந்து விளையாட்டு மைதானமும் முள்வேலியும் தான் உள்ளது. ஜன்னலுக்கு வெளியே வெறித்துக்கொண்டிருக்கும் மக்களின் லட்சக்கணக்கான புகைப்படங்கள் இருக்கும். மேக்னம் புகைப்பட வலைதளத்துக்காக, பர்ட் கிளின் எடுத்த ஸேமி டேவிஸ் ஜூனியர் (Sammy Davis Jr) தியான நிலையில் ஜன்னலுக்கு வெளியே பார்த்துக்கொண்டிருக்கும் புகைப்படம் வெகுவாக

ரசிக்கப் பட்டது. ஆனால் இந்த கற்றுக்குட்டிக்கு அது தெரியாது. இவனுக்கு எதுவுமே தெரியவில்லை.

'உன்னுடைய தலையை வலது கையால் தாங்கிப் பிடித்துக் கொள்ள முடியுமா?'

நான் நகரவில்லை.

'உங்கள் வலது கை, சார்.. உங்களுக்குப் புரிகிறதா?'

'ஆமாம், ஆமாம், வலது கைதான், கட்டை விரல் இடது பக்கமாகத் தொங்கும் வலது கைதான். படத்தை எடுத்துக் கொண்டு இடத்தைக் காலி செய்.'

'இது அவ்வளவு மகிழ்ச்சியூட்டும் விஷயமல்ல என்று புரிகிறது. நான் ஏறத்தாழ முடித்துவிட்டேன்.'

அவன் பிடிவாதமாக இருந்தான். அவனுக்கு உடன்பட வேண்டியதாயிற்று, அதனால் ஜன்னலுக்கு அப்பால் வெறித்துப் பார்த்தேன். அவனுக்கு உபகாரம் செய்வதற்காக அல்ல, இந்த அறையிலிருந்து எவ்வளவு சீக்கிரம் முடியுமோ அவ்வளவு சீக்கிரம் அவனை வெளியேற்ற வேண்டும். அவன் ஒரு படம்கூட எடுக்கவில்லை. அங்கேயே அமர்ந்து காட்சித் திரையை சரிபார்த்துக்கொண்டிருந்தான். அவன் ஏதாவது செய்வானா மாட்டானா என்று நான் வியந்துகொண்டிருந்தபோது, ஒரு ஈ பறந்து வந்து என் தலையில் அமர்ந்தது, என் தலையில் அது எச்சமிட, அவன் ஒரு வழியாக ஷட்டரை கிளிக் செய்துவிட்டு, எனக்கு நன்றி சொல்லி நகர்ந்தான்.

பிராப்ளம்ஸ்கி விடுதி

பின்குறிப்பு

புகலிடம் தேடுவோர் பற்றி எழுத்தாக்கம் ஒன்றைத் தருமாறு பிளம்மிஷ் பத்திரிகை Deus Ex Machina என்னைக் கேட்காமலிருந்திருந்தால் இந்தப் புத்தகம் ஒருவேளை எழுதப்படாமலேயே போயிருக்கலாம். இந்த விஷயத்தில் மேலும் ஆழ்ந்த அறிவு வேண்டுமென்பதற்காகப் புகலிடம் தேடிவருபவர்களைத் தங்கவைக்கும் ஆரென்டக் (Arendonk) நிலையத்தில் பல நாட்களைக் கழித்தேன். அந்த அனுபவம் மட்டும் இல்லையென்றால் இந்தப் புத்தகத்தை எழுதுவதற்குரிய திறனோ தகுதியோ அல்லது உரிமையோ எனக்குக் கிடைத்திருக்காது.

2001ஆம் ஆண்டின் டிசம்பர் மாதத்தில் அங்கு தங்கியிருந்தேன். கடுங்குளிர் காலம். உலக வர்த்தக மையத்தின் மீது நிகழ்ந்த தாக்குதல் சம்பவங்கள் குறித்த செய்திகளை அப்போதும் பத்திரிகைகள் முதல் பக்கத்தில் அச்சிட்டுக் கொண்டிருந்தன. அந்தக் கட்டுரைகள் அனைத்தும் உலகத்தின் அமைதியும் ஒழுங்கும் சீர்குலையப் போவதாகவும், முஸ்லீம் சமூகத்தினர் அனைவரும் அதற்காகத் தாங்கள் பழியேற்க வேண்டி வருமோ என்ற அச்சம் கொண்டிருக்கிறார்கள் என்பதையும் எதிரொலிப்பதாக இருந்தன. நான் புகலிட மையத்தில் தங்கியிருந்த காலகட்டத்தில் கடலுக்கு நடுவே கப்பலின் சரக்குக் கொள்கலனில் சுமார் இருபதுபேர் மரணமடைந்திருந்தார்கள்; அந்த எண்ணிக்கையை அதிகரிப்பதற்காகப் பலர் துறைமுகத்தில் காத்திருந்தனர். ஏழு மாதங்களுக்குப் பிறகு, இந்தப் புத்தகத்தின் சீர் செய்யப்படாத

முதல் கையெழுத்துப் பிரதியை நான் முடித்திருந்தபோது *பிராப்ளம்ஸ்கி விடுதியில்* எழுதப்பட்ட விஷயங்களின் மாதிரியாக இருந்த பல நபர்களில் ஒருவருக்குக் கூடக் குடியுரிமைக்கான வாய்ப்புக் கிடைக்கவில்லை. சிலர் தாங்களாகவே தம் சொந்த நாட்டுக்குத் திரும்பிச்சென்றும் சிலர் வலுக்கட்டாயமாகத் திருப்பி அனுப்பப்பட்டும் சிலர் எங்கேயோ கண்காணாமல் தலைமறைவாகியும் விட்டனர். அவர்களில் பல பேர் அப்போதும் புகலிட மையத்திலேயே தங்கள் அனுமதிக் கடிதம் பெறக் காத்துக்கொண்டிருந்தனர்.

தவறான புரிதல்களைத் தவிர்க்க ஒரு விஷயத்தை நான் சொல்லவேண்டியுள்ளது. அதாவது இங்குள்ளவற்றில் ஏறத்தாழப் பாதிக் கதைகள் நான் புனைந்தவை; அவை எதிலும் ஒரு பொய்கூடக் கிடையாது.

இறுதியாக, ஆரென்டக் புகலிட மையத்தின் அனைத்துப் பணியாளர்களுக்கும் எனது நன்றியையும் வணக்கத்தையும் தெரிவித்துக் கொள்கிறேன். அத்துடன் இந்த ஆக்கத்திற்கு ஊக்கமளித்த டச்சு இலக்கிய நிதி அமைப்புக்கும் எனது நன்றிகள். தற்சமயம் தாயகத்துக்குத் திருப்பி அனுப்பப்பட்ட மக்ஸூத்துக்கும் அவனைப் போலவே துயரில் உழலும் பல்லாயிரக்கணக்கான அவன் சகாக்களுக்கும் இந்தப் புத்தகத்தை அர்ப்பணிக்கிறேன்.